EKTA BREKKIÐ AF BREÐNU OSTASAMMAKINU

100 UPPSKRIFTIR AF OSTASAMLOKUM, ELDAÐAR Á GRILLINU EINS OG AMMA VAR VÖN AÐ GERA ÞÆR

Hildur Traustadóttir

Allur réttur áskilinn.

Fyrirvari

Upplýsingunum sem er að finna í þessari rafbók er ætlað að þjóna sem alhliða safn aðferða sem höfundur þessarar rafbókar hefur rannsakað. Samantektir, aðferðir, ábendingar og brellur eru aðeins meðmæli frá höfundi og lestur þessarar rafbókar mun ekki tryggja að niðurstöður manns muni nákvæmlega endurspegla niðurstöður höfundar. Höfundur rafbókarinnar hefur lagt allt kapp á að veita lesendum rafbókarinnar núverandi og nákvæmar upplýsingar. Höfundur og félagar hans munu ekki bera ábyrgð á óviljandi villu eða vanrækslu sem kunna að finnast. Efnið í rafbókinni getur innihaldið upplýsingar frá þriðja aðila. Efni frá þriðja aðila samanstanda af skoðunum frá eigendum þeirra. Sem slíkur tekur höfundur rafbókarinnar ekki ábyrgð eða ábyrgð á efni eða skoðunum þriðja aðila.

Rafbókin er höfundarrétt © 2022 með öllum rétti áskilinn. Það er ólöglegt að endurdreifa, afrita eða búa til afleitt verk úr þessari rafbók í heild eða að hluta. Enga hluta þessarar skýrslu má afrita eða endursenda á nokkurn hátt afrita eða endursenda á nokkurn hátt án skriflegs og undirritaðs leyfis höfundar.

EFNISYFIRLIT

EFNISYFIRLIT 3
KYNNING 7
    AF HVERJU VIÐ ELSKUM ÖLL GRILLAÐA OSTASAMLOKU 7
    AÐ BÚA TIL GRILLAÐAR OSTASAMLOKUR 9
    AÐ VELJA OSTINN 10
GRILLAÐUR OSTUR 16
    1. Ricotta Granola Crumble Grillaður Ostur 17
    2. Lasagna grillaður ostur 20
    3. Ítalskur klassískur grillaður ostur 23
    4. Miðjarðarhafs kjötbollur Grillaður ostur 26
    5. Spínat Pestó & Avókadó Grillaður Ostur 29
    6. Strawberry Basil Prosciutto Grillaður ostur 32
    7. Ricotta smjör & sultu grillaður ostur 34
    8. Buffalo kjúklingur grillaður ostur 36
    9. Grænmetispizza Grillaður ostur 39
    10. Kjúklingur og vöfflur Grillaður ostur 43
    11. Cheddar & súrdeig Grillaður ostur 46
    12. Grillað ostasamloka 49
    13. Spínat & Dill Havarti á brauði 51
    14. Grillaður Jack on Ryemeð sinnepi 54
    15. Radicchio og Roquefort áPain au Levain 57
    16. Hvítlauksgrillaður ostur á rúg 60
    17. breskurBræddur ostur& súrum gúrkum 63
    18. fersk mozzarella,Prosciutto& Fig Jam 65
    19. Sjaldgæft roastbeef með gráðosti 67
    20. Rauða Leicestermeð lauk 69
    21. Spínat & Dill Havartiá Brauði 72
    22. Opinn andlitGrillaður Cheddar&Dill súrum gúrkum 75

23. Harry's Bar Special......77
24. Crostinialla Carnevale......80
25. Bruschettaúr ólífu......83
26. Casse Croûte úr gráðosti og Gruyère......86
27. Crisp Truffled Comtémeð svörtum kantarellum......89
28. Geitaostabrauðmeð kryddi......93
29. Roquefort samlokur&Beet Marmelaði......96
30. Bocadillo frá eyjunni Ibiza......100
31. KlúbburGrillaðSamloka......104
32. Welsh Rarebitmeð soðnu eggi......108
33. Grilluð skinka, ostur og ananas......111
34. Heit muffaletta......115
35. Kúbu samloka......118
36. Parísar grillaður ostur......122
37. BocadillofráEyjan Ibiza......124
38. Tómatar & Mahon ostur á ólífubrauði......127
39. Emmentaler og peraSamloka......130
40. Grillað Pumpernickel og Gouda......133
41. Mahon ostur á svörtu ólífubrauði......136
42. Reykt Tyrkland, Taleggio &Gorgonzola......139
43. Brætt Jarlsbergá súrdeig......142
44. Torta of Chicken, Queso Fresco og Gouda......145
45. Panini fráEggaldin Parmigiana......149
46. Grillað eggaldin og chaumes,......153
47. Sveppir & Bræddur Ostur áPain au Levain......157
48. sikileyskaSizzled osturmeð Kapers& Þistilhjörtur......161
49. Hörpu& Pestó samloka......164
50. Quesadillas, Piadine & Pita samlokur......168
51. Mozzarella,Basil Piadine......171
52. Quesadillas á Pumpkin Tortillas......174
53. Pepperoni, Provolone & Pecorino Pita!......179
54. Grillaðar sauðaostar Quesadillas......182
55. Grillaður cheddar, chutney og pylsa......184
56. Prosciutto & Taleggio með fíkjum á Mesclun......187

57. Fontinameð Arugula, Mizuna & Perur..................191
58. Chèvre samlokurí salati..................195
59. Sizzled Halloumi samlokurmeð Lime..................198
60. Trufflaður Ristað brauð & Ruccola salat..................201
61. Ristað brauð með jarðarberjum og rjómaosti..................204
62. BrauðbúðingurSamlokur..................208
63. Korn- og ostaborgari..................212
64. Svartur angus hamborgari með cheddar osti..................215
65. Grillaður amerískur ostur og tómatasamloka..................218
66. Grillað epli og ostur..................220
67. Grillaðir eggaldin og ostapakkar..................222
68. Grillaðar gráðostasamlokur með valhnetum..................225
69. Grillaður cheddar ostur og skinkusamlokur..................228
70. Veisla Grillaður ostur og beikon..................231
71. Grilluð ostur bruschetta..................233
72. Grillaðir ostar gobblers..................235
73. Grillaður ostur í frönsku brauði..................237
74. Grillað ostabrauð..................239
75. Grilluð ostasamlokubaka..................241
76. Grillaður ostur með ætiþistlum..................244
77. Grillaður ostur með olivada..................246
78. Grillaður ostur með reyktum kalkún og avókadó..................248
79. Grillaður kjúklingur á geitaostabrauði..................251
80. Grillað ost-chippotle samloka..................254
83. Grillaðar tvöfaldar ostar með kjúklingabringum..................257
84. Grillað nautaflök með gráðosti..................260
85. Grillaðar drauga- og graskersostasamlokur..................264
86. Grillaður geitaostur í ferskum vínberjalaufum..................267
87. Ítalskur grillaður ostur..................270
88. Opin osta- og tómatsamloka..................272
89. Súrdeig, tómatar, rauð- og gráðostur..................274
90. Portobello Po'Boys..................277
91. Sloppar Bulgur samlokur..................280
92. Muffaletta samlokur..................283

HLIÐAR DISKAR **286**
    93. Tómatsúpa 287
    94. Kúrbít & sumarsquash brauð 290
    95. Súrsæt ristuð paprika 293
    96. Chutney-karrí sinnep 296
    97. Sinnep með skalottlaukum og graslauk 298
    98. Ferskt engifer sinnep 300
    99. Sólblautt sinnep með sítrus 302
    100. Provençal sinnep með rauðum pipar og hvítlauk 304

NIÐURSTAÐA **306**

KYNNING

Af hverju við elskum öll grillaða ostasamloku
Stökkt ristað á pönnunni eða steikt með opnu andliti til bráðnar soða, það er fátt meira lokkandi en grilluð ostasamloka.

Gullbrúna ristuðu brauðið krassar að utan þegar þú bítur í það, og gefur frá sér mjúkan, heitan, útfljótandi ost. Þú færð hress af ánægju og hroll af bæði forboðna og kunnuglega: þessi smjörkennda stökku jarðbundnu brauði með laginu af bráðnandi heitum osti. Ostur og smurt ristað brauð geta vel verið lúxus í mataræði þessa dagana, kannski jafnvel tabú fyrir suma; samt eru grillaðar ostasamlokur í matreiðslu jafngildi þægindateppis. Grillað ostasamloka er líklega það sem móðir þín gaf þér, skólinn þinn mataði þig og æskan gaf þér. Og það gæti bara verið það sem þú nærir sjálfan þig og nána vini og fjölskyldu, að minnsta kosti stundum.

Grillaðar ostasamlokur geta verið eitt það einfaldasta sem hægt er að gera, eitthvað sem þú getur búið til á næstum hvaða klukkutíma sem er með hráefni í eldhúsinu þínu nú þegar, á innan við nokkrum mínútum. Morgunmatur, hádegismatur, kvöldverður, eftir skóla eða miðnæturnsnarl ... allt er fullkominn tími fyrir grillaða ostasamloku.

Að búa til grillaðar ostasamlokur

Þú þarft í raun ekki sérstaka gizmos, þó að það séu nokkrir sniðugir sem búa til stökka utan með bráðnum osti innan. Það eru pressur sem kreista feitar rúllur, frábærar fyrir ítalska panini, kúbverskar samlokur, bocadillos og venjulegan gamla grillaða osta. Og það eru til samlokuframleiðendur sem þrýsta ytri brúnum brauðsins þétt, þétt, ó svo þétt saman til að umlykja bráðinn heitan, bráðinn ost. (Þeir síðarnefndu voru mjög vinsælir í Stóra-Bretlandi á sjöunda áratugnum — mér er sagt að það hafi ekki verið heimili án þess.) En sannarlega, góð, þung pönnu – helst nonstick – gerir bragðið fyrir pönnubrúnaðar grillaðar ostasamlokur og kál virkar fullkomlega fyrir opin augu.

Þó að grillaðar ostasamlokur geti ekki verið annað en pönnubrúnt brauð og ostur, þá tekur smá skreyting þær á allt annað plan: örvandi, spennandi, þori ég að segja, spennandi?

Fáir geta staðist svo skörpum, gylltum, úðandi freistingum; Ég veit að ég get það aldrei.

Að velja ostinn

Helsta viðmiðunin við að velja ostinn þinn er hvort hann bráðnar eða ekki.

Það bráðna ekki allir ostar. Rómönsku ostar eins og panela bráðna ekki; ekki heldur kýpverskur anari, halloumi eða ítalskur fjallaostur eins og sá sem ég borðaði einu sinni í Assisi steiktur yfir opnum eldi. Slíkir ostar eru ljúffengir framreiddir sjóðandi einir og sér, en eru ónýtir í grilluðum ostasamlokum.

Aftur á móti eru mjög rjómaostar, viðkvæmir í bragði, mjúkir og flauelsmjúkir í áferð, næstum því að bráðna. Þeir halda ekki karakter sínum og heilindum inni í grilluðu ostasamloku. Paraðu þá með öðrum stinnari, ákveðnari, sassier osti.

Flestir stífir ostar sem hægt er að sneiða í eru leikir til að grilla og er hægt að nota til skiptis með öðrum af svipuðum karakter.

Til að hjálpa til við valið er hér smáhandbók um ostategundir, flokkaðar eftir bragði og áferð.

    A. ÓRIFNIR OSTAR fara ekki í gegnum þroskaferli. Þar á meðal eru kotasæla, rjómaostur, mascarpone, mjúkur geitaostur, fromage blanc, kvarkur, indverskur panir,

Robiola, spænskur og rómanskur Requeson, ricotta, eða einfalda jógúrtostinn, labna. Þeir eru mildir, mjólkurkenndir og mjúkir; ef þær eru notaðar í grillaðar ostasamlokur hafa þær tilhneigingu til að keyra óstjórnlega, þannig að það þarf að para saman við stinnari og sterkari ost.

B. FERSK MOZZARELLA var hins vegar gerð til að bræða í tælandi seigstrengi, að hætti pizza. Passar vel með tómötum, hvítlauk og ítölskum bragði sem og mexíkósku salsa, eða með indversku karrýkryddi.

C. FETA OSTUR er hálfferskur ostur úr pressuðu skyri; það bráðnar að hluta og er ljúffengt í grilluðum ostasamlokum þegar það er parað við aðra bráðnar osta eins og Jack eða mozzarella.

D. Tvöfaldur og þrefaldur CRÈME OSTAR eru mikið auðgaðir með rjóma. Fyrir grillaðar ostasamlokur er best að setja þær einfaldlega á heitt ristað brauð og leyft að bráðna varlega af hita ristuðu brauðanna, frekar en að elda þær á pönnu.

E. BLANDI, MILD OG Auðvelt bráðinn ostur er mildur í bragði, mjúkur mjúkur og hálf-stinn í áferð. Listinn inniheldur hollenska Edam og

Gouda, Rómönsku mennonita og Asadero, Bel Paese, Muenster og innlenda eða danska. Provolone, provatura og scamorza eru allir mildir ítalskir ostar, oft gerðir að klassískum rómverskum grilluðum ostum: lagðar ofan á brauð, toppað með ansjósu eða tveimur, síðan steikt þar til það er snarka.

F. Mjúkir, þroskaðir bragðmiklir ostar eru meðal annars Reblochon, Tommes, Chaumes og Tomme de Montagne, auk klausturostanna. Próuð í gegnum aldirnar í klaustrum Evrópu, eru þau Port Salut, Saint Paulin, Esrom, Tilsit og Havarti. Þau eru rík og viðkvæm; sumir, eins og Taleggio og öll Stracchino fjölskyldan, fara í flokkinn frekar ríkur og alltaf svo illa lyktandi – þó ljúffengur.

G. OSTAR í Svissneskum stíl hafa venjulega harða hörð börkur og innréttingar með holum sem orsakast af útþenslu gass í ostaostinum á þroskatímabilinu.

H. STJÓRIR, FYRIR bragðbættir ostar eru gylltir og bragðmiklir, en samt ekki lyktandi; þessir ostar bráðna dásamlega. Þeir geta verið kúa-, geita- eða kindamjólk eða blanda af öllu þessu þrennu. Spænska manchego, miðlungs Asiago, Mahon, aldraður Gouda,

Idiazabal, Ossau Iraty Brebis, ítalska fontina, caciocavallo, Montasio, tomme de Savoie, og yndisleg mezzo secco Ig Vella, eða að hluta til eldri Sonoma Jack - allt er þess virði að leita að.

I. CHEDDAR-STÍL OSTAR eru einhverjir útbreiddustu ostar í heimi. Gott dæmi um ostinn verður þéttur í áferð, með skýru, mjúku bragði. Þegar hann er ungur er Cheddar mildur, mjúkur og nokkuð gúmmíkenndur; þegar það þroskast þróar það skarpt og títt bit auk þess sem það er þurrkað mola.

J. ENSKIR OSTAR eins og Gloucester, Cheshire, Leicester, Lancashire, Derby, Wensleydale og Caerphilly tilheyra allir Cheddar fjölskyldunni. Wensleydale og Caerphilly eru hins vegar sterkari og molnari, minna bráðnanlegir (paraðu þá með rjómaosti fyrir grillaðar ostasamlokur).

K. EXHARÐIR OSTAR, eins og parmesan, þroskaður Asiago, locatelli Romano, pecorino (úr kindamjólk), fjallaostar frá grísku eyjunum eins og kofalotiri, grana, þurr Jack, Sbrinz, Cotija og Enchilado eru allir þekktir fyrir einstaklega sína. hörð áferð og sterkt, skarpt bragð þeirra. Sumir - eins og parmesan - hafa örlítið hnetubragð. Flesta þessara osta þarf að vera fínt rifinn eða rakaður til að ná sem bestum bræðslu.

L. BLÁÁÆÐA OSTAR einkennast af holdi með bláum, blágrænum eða grænum æðum, ásamt sterkum ilm og bragðmiklum bragði

M. BLÓMANDIR EÐA BLÓMMAÐIR OSTAR eins og Camembert, Brie, Coulommiers og Affinois/pavé d'Affinois eru þannig nefndir vegna ljóss, dúnmjúka hvíta börksins sem vex á yfirborði þeirra, afleiðing þess að þeir hafa verið meðhöndlaðir með Penicillium kandídatagróinu. Inni í þessum ostum ætti að vera mjúkt og liturinn af heyi eða rjómaríkum.

N. GEITA- OG KAUPAOSTAR eru greinilega frábrugðnir kúamjólkurostum á bragðið. Almennt séð hafa þeir smjörþefinn af hlöðugarðinum. Þeir geta verið ferskir og kraftmiklir, eða mótaðir og þroskaðir í ýmsum stærðum og gerðum.

O. KRYDDAÐIR EÐA BRÆÐBÆÐISÓSTAR geta verið skrautlegir og dónalegir á ostaborði en eru fullkomnir bráðnir á milli brauðhlífanna.

P. REYKTIR OSTAR geta verið hvers kyns ostar, meðhöndlaðir með viðarreyk. Provolone og mozzarella taka bæði vel við reykingum (og eru sérstaklega góð í samloku með karamelluðum lauk í smá balsamik ediki).

Q. LYKTURASTIR, eins og Limburger, illa lyktandi Bishop, Maroilles, Livarot, Pont l'Eveque og Epoisses, eru kannski ekki félagslynd viðbót við hverja grillaða ostasamloku, heldur skellt á milli þunnar sneiðar af svörtu pumpernickel með pappírsþunnum sneiðum af laukur, eða lagður ofan á ristað baguette.

R. UNNINN OSTUR er venjulega gerður úr einni eða tveimur mismunandi ostategundum sem blandað er saman, síðan hrært og hitað. Þess vegna er þroskaferli þess stöðvað. Það getur aldrei þróað einstaklingsbundið karakter, vegna þess að örverurnar sem búa til slíkt glatast í vinnslunni.

GRILLAÐUR OSTUR

1. Ricotta Granola Crumble Grillaður Ostur

Hráefni:

- 15 únsur. Ricotta
- 4 egg
- 1/2 bolli mjólk
- 8 sneiðar pancetta
- 1 lítill rauðlaukur, þunnt sneiddur
- 5 matskeiðar mjúkt smjör, skipt
- 1/2 bolli púðursykur
- 2 bollar granóla
- 8 sneiðar kanilsneiðarbrauð

Leiðbeiningar:

a) Þeytið egg með mjólk og setjið til hliðar.

b) Bætið pancetta við forhitaða pönnu og eldið þar til það er stökkt á meðalháum hita. Fjarlægðu og settu til hliðar.

c) Setjið lauk í forhitaða pönnu með 1 msk af smjöri. Þegar laukurinn byrjar að elda, bætið við púðursykri og eldið þar til hann er mjúkur.

d) Bætið granóla í skál og setjið við hliðina á eggjaskálinni.

e) Setjið brauðsneiðar og smyrjið smjöri á aðra hlið hverrar sneiðar, notið alls 2 matskeiðar smjör. Dreifið þykku lagi af ricotta á smjörlausa hliðina.

f) Toppið ricotta með lauk og pancetta og hyljið með brauðsneiðinni sem eftir er. Þegar lokað er, dýfið allri samlokunni í eggjablönduna og flytjið yfir í granóluna til að hjúpa allar hliðar alveg.

g) Forhitið nonstick pönnu og bræðið 2 msk smjör með vægum til miðlungs hita. Þegar smjörið er bráðið, bætið við samloku og eldið í um það bil 90 sekúndur, þrýstið niður með spaða. Snúið við og endurtakið þar til það er stökkt. Takið út, skerið og berið fram.

2. Lasagna grillaður ostur

Hráefni:

- 16 únsur. Mozzarella, sneið
- 15 únsur. Ricotta
- 2 matskeiðar rifinn parmesan, skipt 1/2 tsk svartur pipar
- 1 tsk ferskur hvítlaukur, saxaður
- 16 únsur. nautahakk
- 1 msk fersk basilika, blandað saman
- 8 sneiðar ítalskt brauð
- 2 matskeiðar mjúkt smjör
- 1 tsk hvítlauksduft
- 16 únsur. tómatsósa, skipt

Leiðbeiningar:

a) Blandið saman ricotta, 1 msk parmesan, svörtum pipar, hvítlauk og basil í blöndunarskál. Setja til hliðar.

b) Hitið stóra pönnu yfir meðalháum hita. Eldið og hrærið nautahakkið þar til það er alveg brúnt, um það bil 7-10 mínútur.

c) Setjið brauð, smjör á annarri hliðinni og stráið hvítlauksdufti og restinni af parmesan yfir.

d) Dreifið ricottablöndunni á smjörlausu hliðina á 4 stykki (um 1-2 matskeiðar á hvern bita). Leggið soðna nautahakkið ofan á ricotta og síðan sneiðar af mozzarella. Dreifið 1-2 matskeiðum tómatsósu á hina 4 bitana sem eftir eru og setjið á mozzarella til að loka samlokunum.

e) Færðu á forhitaða pönnu á miðlungshita og eldaðu í um það bil 90 sekúndur, þrýstu niður með spaða. Snúið við og endurtakið þar til osturinn er bráðinn og gullinbrúnn.

f) Fjarlægðu, skerið og berið fram með tómatsósu sem eftir er til að dýfa eða hylja samlokuna.

3. Ítalskur klassískur grillaður ostur

Hráefni:

- 16 únsur. Mozzarella, sneið
- 2 matskeiðar rifinn parmesan
- 4 pylsur
- 1 græn paprika, þunnar sneiðar
- 1 rauð paprika, þunnar sneiðar
- 1 lítill laukur, þunnt sneiddur
- 1/4 bolli ólífuolía
- 3/4 tsk hvítlauksduft
- 8 sneiðar ítalskt brauð
- 2 matskeiðar mjúkt smjör

Leiðbeiningar;

a) Eldið pylsukökurnar að innra hitastigi 165 gráður F á grillinu eða á grillpönnu.

b) Setjið niðursneidda papriku og lauk á ofnplötu. Þekið létt með olíu og stráið með hvítlauksdufti. Bakið við 375 gráður F í 10 mínútur þar til það er mjúkt.

c) Leggðu út brauðsneiðarnar og dreifðu smjöri á aðra hliðina. Kryddið smurða hliðina með hvítlauksdufti og parmesan.

d) Á smjörlausu hliðinni, leggið sneið af mozzarella, pylsubollu, papriku og lauk yfir og endið með meiri mozzarella.

e) Lokaðu samlokunni og settu í nonstick pönnu á miðlungshita. Eldið í um það bil eina mínútu, þrýstið niður með spaða.

f) Snúið við og endurtakið þar til osturinn er bráðinn og gullinbrúnn. Takið út, skerið og berið fram.

4. Miðjarðarhafs kjötbollur Grillaður ostur

Hráefni:

- 16 únsur. Mozzarella, sneið
- 15 únsur. Ricotta
- 2 matskeiðar parmesan, skipt
- 8 sneiðar ítalskt brauð, skorið þykkt
- 2 matskeiðar mjúkt smjör
- 16 únsur. tómatsósa
- 4 únsur. pestósósa eða 12-16 fersk basilíkublöð, blandað saman við 1/4 bolli ólífuolíu
- 2 greinar fersk mynta (ca. 12-16 blöð), saxuð
- 8-2 únsur. frosnar kjötbollur (soðnar), sneiddar

Leiðbeiningar;

a) Leggðu út brauðsneiðar. Smyrjið smjöri á aðra hliðina á hvorri og stráið 1 msk parmesan á smjörhliðarnar.

b) Snúið við og dreifið tómatsósu og þykku lagi af ricotta osti á hliðar sem ekki eru smurðar. Smyrjið pestó á ost, fylgt eftir með saxaðri myntu og afganginum af parmesan. Næst skaltu setja kjötbollusneiðar í lag og mozzarella ofan á.

c) Lokaðu samlokunni og farðu yfir á miðlungs forhitaða nonstick pönnu. Eldið í um það bil 90 sekúndur, þrýstið niður með spaða. Snúið við og endurtakið þar til osturinn er bráðinn og gullinbrúnn. Takið út, skerið og berið fram.

5. Spínat Pestó & Avókadó Grillaður Ostur

Hráefni:

- 16 únsur. Mozzarella, sneið
- 15 únsur. Ricotta
- 1 msk parmesan, rifinn
- 2 matskeiðar fersk basilíka, smátt skorin
- 8 sneiðar marmararúgbrauð
- 2 matskeiðar mjúkt smjör
- 1-8oz. pakki frosið spínat, þiðnað og látið renna af
- 2 avókadó (þroskuð), grófhreinsuð og skorin í sneiðar

Leiðbeiningar;

a) Blandið saman ricotta, pestó og parmesanosti í lítilli blöndunarskál og blandið saman með gaffli þar til það er blandað saman. Brjótið saman til að gera ricotta extra dúnkenndan. Setja til hliðar.

b) Leggðu út brauðsneiðarnar og smyrðu smjöri á aðra hliðina á hverjum bita.

c) Dreifið 1-2 matskeiðum af ricotta blöndu á ósmjöru hliðina á 4 sneiðum.

d) Brjótið spínatið í sundur og leggið út á ricotta hliðina og síðan avókadó og mozzarella.

e) Lokaðu samlokunni og settu í miðlungs forhitaða pönnu. Eldið í um það bil 90 sekúndur, þrýstið niður með spaða. Snúið við og endurtakið þar til osturinn er bráðinn og gullinbrúnn. Takið út, skerið og berið fram.

6. Strawberry Basil Prosciutto Grillaður ostur

Hráefni:

- 12 únsur. Ferskur mozzarella, skorinn í sneiðar
- 8 sneiðar hvítt brauð, skorið þykkt
- 2 matskeiðar mjúkt smjör
- 8 fersk jarðarber (miðlungs til stór), þunnar sneiðar
- 12 fersk basilíkublöð, heil
- 8 sneiðar prosciutto, skornar þunnar
- 2 únsur. balsamic gljáa

Leiðbeiningar:

a) Leggðu út brauðsneiðar og smjör aðra hliðina á hverri.

b) Á smjörlausu hliðinni skaltu setja ferskan mozzarella, jarðarber, basilíkulauf og prosciutto í lag. Dreifið balsamikgljáa yfir; setjið afganginn af brauðinu ofan á og færið yfir á forhitaða nonstick pönnu. Eldið í um það bil eina mínútu, þrýstið niður með spaða. Snúið við og endurtakið þar til gullbrúnt.

c) Takið út, dreypið auka balsamikglasúr yfir ef vill, skerið og berið fram.

7. Ricotta smjör & sultu grillaður ostur

Hráefni:

- 15 únsur. Ricotta
- 4 matskeiðar möndlusmjör
- 2 tsk hunang
- 12 sneiðar pancetta (hægt að skipta um beikon)
- 8 sneiðar hvítt brauð, skorið þykkt
- 2 matskeiðar mjúkt smjör
- 8 matskeiðar jarðarberjasulta eða hlaup

Leiðbeiningar

a) Blandið saman möndlusmjöri, hunangi og ricotta í lítilli blöndunarskál. Setja til hliðar.

b) Eldið pancettan þar til hún er stökk.

c) Leggðu út brauðsneiðarnar og smyrðu smjöri á aðra hliðina á hverjum bita. Snúið brauðinu við og dreifið ricotta/möndlusmjörblöndunni á smjörlausu hliðina, fylgt eftir með hlaupi/sultu og síðan pancetta.

d) Lokaðu samlokunni og færðu á forhitaða pönnu á lágum til meðalhita.

e) Eldið í um það bil 90 sekúndur, þrýstið niður með spaða Flip og endurtakið þar til gullbrúnt. Takið út, skerið og berið fram.

8. Buffalo kjúklingur grillaður ostur

Hráefni:

- 16 únsur. Mozzarella, sneið
- 4-4 únsur. beinlaus kjúklingabringa, sneið 1/4 bolli jurtaolía 1/2 bolli heit sósa
- 1 sellerístilkur, lítill
- 1 gulrót, lítil
- 8 sneiðar hvítt brauð
- 2 matskeiðar mjúkt smjör
- 1 bolli gráðostadressing

Leiðbeiningar

a) Leggið kjúklinginn á disk. Smyrjið báðar hliðar með olíu og setjið á forhitaða grill eða grillpönnu. Eldið að innri hitastigi 165 gráður F, u.þ.b. 3 mínútur á hvorri hlið. Takið af grillinu og setjið í heita sósu. Setja til hliðar.

b) Skerið sellerí í litla bita. Afhýðið gulrótina og rakið með raspi.

c) Takið 8 brauðsneiðar, smjörið aðra hliðina og smyrjið gráðosti á hina hliðina. Á gráðostahlið, leggið mozzarella, kjúkling, sellerí, gulrætur í lag og endið með meiri mozzarella.

d) Toppið með hinu brauðinu og setjið í nonstick pönnu á miðlungshita. Eldið í um það bil eina mínútu, þrýstið niður með spaða.

e) Snúið við og endurtakið þar til osturinn er bráðinn og gullinbrúnn. Takið út, skerið og berið fram.

9. Grænmetispizza Grillaður ostur

Hráefni:

- 16 únsur. Mozzarella, sneið
- 15 únsur. Ricotta
- 4 matskeiðar parmesan, skipt
- 1 eggaldin, lítið
- 2 rauðar paprikur
- 1 kúrbít, stór
- 3/4 bolli ólífuolía, skipt
- 1 tsk ferskur hvítlaukur, saxaður
- 4 - 8 tommu pizzaskorpur, forsoðnar
- 1 grein ferskt rósmarín, stilkað og smátt saxað

Leiðbeiningar

a) Forhitaðu ofninn í 375 gráður F.

b) Afhýðið eggaldinið og skerið í 1/4 tommu sneiðar. Skerið papriku og kúrbít í 1/4 tommu sneiðar. Leggið grænmetið á bökunarplötu og hjúpið létt með ólífuolíu. Bakið í ofni við 375 gráður í 15-20 mínútur þar til það er mjúkt.

c) Í blöndunarskál, bætið ricotta, hvítlauk og helmingnum af parmesan og blandið saman með gaffli þar til það er blandað saman. Brjótið saman til að gera ricotta extra dúnkenndan. Setja til hliðar.

d) Leggið út forbökuðu pizzuskorpuna og hjúpið létt með afganginum af ólífuolíu. Stráið söxuðu rósmaríninu yfir á aðra hliðina og afganginum af parmesan. Snúið við og dreifið ricottablöndunni yfir á ókryddaða hliðina. Setja til hliðar.

e) Þegar grænmetið er tilbúið skaltu setja saman samloku með því að setja eggaldin, kúrbít og papriku á ricotta helminginn af skorpunni og síðan mozzarella. Lokaðu og settu í forhitaðri pönnu eða nonstick pönnu við lágan til meðalhita. Gakktu úr skugga um að pannan sé stærri en skorpan.

f) Eldið í um það bil 90 sekúndur, þrýstið niður með spaða. Snúið við og endurtakið þar til hann er gullinbrúnn og osturinn er alveg bráðinn. Takið út, skerið og berið fram.

10. Kjúklingur og vöfflur Grillaður ostur

Hráefni:

- 16 únsur. Mozzarella, sneið
- 12 sneiðar pancetta, skornar þunnar
- 1 matskeiðar hlynsíróp
- 1/2 bolli majónesi
- 2 ferskar ferskjur (eða 1 lítil dós af ferskjum, tæmd)
- 8 frosnar vöfflur
- 2 matskeiðar mjúkt smjör
- 4-4 únsur. beinlausar kjúklingabringur
- 1 bolli hveiti
- 1 bolli súrmjólkurbúgarðsdressing
- 2 bollar jurtaolía

Leiðbeiningar

a) Eldið pancetta á pönnu þar til hún er örlítið stökk.

b) Blandið sírópi og majónesi saman við og setjið til hliðar.

c) Skerið ferskjur þunnt.

d) Leggðu út vöfflur og smjör aðra hliðina á hvoru. Snúðu og dreifðu majónesiblöndunni á smjörlausu hliðina á vöfflunum.

e) Hveiti kjúklingur, dýfðu síðan kjúklingnum í búgarðsdressingu, síðan aftur í hveiti.

f) Komið jurtaolíu á miðlungshita á pönnu og eldið kjúklinginn þar til hann er brúnn á báðum hliðum og innri hiti nær 165 gráðum.

g) Á majónesi megin á vöfflu, leggið mozzarella, kjúkling, pancetta, ferskjur og endið með meiri mozzarella og annarri vöfflu.

h) Í nonstick pönnu á miðlungs hita, eldið í eina mínútu, þrýstið niður með spaða. Snúið við og endurtakið þar til osturinn er bráðinn og gullinbrúnn. Takið út, skerið og berið fram.

11. Cheddar & súrdeig Grillaður ostur

Afkasta 1 skammti

Hráefni:

- 2 stykki súrdeigsbrauð
- 1 ½ msk ósaltað smjör
- 1 ½ msk majónesi
- 3 sneiðar cheddar ostur

Leiðbeiningar

a) Smyrjið hvern brauðbita á skurðbretti með smjöri á annarri hliðinni.

b) Snúið brauðinu við og smyrjið hvern brauðbita með majónesi.

c) Setjið ostinn á smurðu hliðina á einu brauði. Toppið það með seinni brauðbitanum, majónesi með hliðinni út.

d) Hitið nonstick pönnu yfir miðlungs lágan hita.

e) Setjið samlokuna á pönnuna með majóneshliðinni niður.

f) Eldið í 3-4 mínútur, þar til þær eru gullinbrúnar.

g) Notaðu spaða, snúðu samlokunni við og haltu áfram að elda þar til hún er gullinbrún, um 2-3 mínútur.

12. Grillað ostasamloka

Afrakstur 2

Hráefni:

- 4 sneiðar hvítt brauð
- 3 matskeiðar smjör, skipt
- 2 sneiðar Cheddar ostur

Leiðbeiningar

a) Forhitið pönnu yfir miðlungshita.

b) Smyrjið ríkulega aðra hliðina á brauðsneiðinni. Setjið brauðið með smjörhliðinni niður á pönnubotninn og bætið við 1 ostsneið.

c) Smyrjið aðra brauðsneið á aðra hliðina og setjið smjörhliðina upp ofan á samlokuna.

d) Grillið þar til það er léttbrúnað og snúið við; haltu áfram að grilla þar til osturinn er bráðinn.

e) Endurtaktu með 2 brauðsneiðum sem eftir eru, smjör og ostsneið.

13. Spínat & Dill Havarti á brauði

ÞJÓNAR 4

Hráefni:

- 8 þunnar sneiðar af ítölsku sveitabrauði
- 3-4 matskeiðar hvítt trufflumauk eða annað trufflu- eða truffluporcini
- 4 aura Taleggio ostur, skorinn í sneiðar
- 4 aura fontina ostur, sneið Mjúkt smjör til að smyrja á brauð

Leiðbeiningar

a) Smyrjið létt 1 hlið af hverri brauðsneið með trufflumauki. Toppið 4 af sneiðunum með Taleggio og fontina, settu síðan annað trufflumauk-brauð yfir hverja.

b) Smyrjið smjöri létt utan á hverja samloku, hitið síðan panínipressu eða þunga pönnu sem ekki er stafur yfir miðlungsháum hita.

c) Brúnið samlokurnar, snúið einu sinni eða tvisvar þar til brauðið er stökkt og gullið og osturinn bráðnaður.

d) Berið fram strax, ilmandi af jarðsveppum og úðandi bræddum osti, skorinn í fernt eða ljúffengar stangir.

14.   Grillaður Jack on Ryemeð sinnepi

ÞJÓNAR4

Hráefni:

- 2 matskeiðar grænt ólífu tapenade
- 3 matskeiðar milt Dijon sinnep
- 8 sneiðar rúgbrauð með fræjum
- 8-10 aura Jack ostur, eða annar mildur hvítur ostur (eins og Havarti eða Edam), sneið
- Ólífuolía til að pensla brauð

Leiðbeiningar

a) Blandið tapenadenum saman við sinnepið í lítilli skál.
b) Leggðu brauðið út og dreifðu 4 af sneiðunum á aðra hliðina með tapenade sinnepi eftir smekk. Toppið með ostinum og seinni brauðbitanum og þrýstið svo vel saman.
c) Penslið létt utan á hverja samloku með ólífuolíunni, brúnið síðan í samlokuvél, panini pressu eða þungri nonstick pönnu, þyngd niður að pressa samlokurnar þegar þær brúnast.
d) Eldið við meðalháan hita þar til hann er létt stökkur að utan og osturinn bráðnar að innan.
e) Berið fram heitt og sjóðandi, gullbrúnt.

15. Radicchio og Roquefort áPain au Levain

ÞJÓNAR 4

Hráefni:

- 6-8 aura Roquefort ostur
- 8 þunnar sneiðar pain au levain eða súrdeigsbrauð
- 3 matskeiðar ristaðar gróft saxaðar pekanhnetur
- 4-8 stór lauf radicchio
- Ólífuolía til að pensla eða mjúkt smjör til að smyrja á brauð

Leiðbeiningar

a) Dreifið Roquefort ostinum jafnt á allar 8 brauðsneiðarnar.

b) Stráið 4 af ostasneiðunum yfir með pekanhnetum, setjið síðan einn bita eða 2 af radicchio yfir hverja; notaðu nóg af blöðunum til að gægjast yfir brúnirnar. Setjið annað stykki af ostabrauði ofan á hvern hluta og þrýstið saman til að loka. Penslið utan með olíu eða smjöri.

c) Hitið þunga nonstick pönnu eða panini pressu yfir miðlungs háan hita. Setjið samlokurnar á pönnuna, vinnið í 2 lotum, allt eftir stærð pönnunnar. Þyngd niður samkvæmt Ábending um, og eldið, snúið einu sinni eða tvisvar þar til brauðið er stökkt og osturinn hefur bráðnað.

d) Berið fram strax, skerið í tvennt eða fernt.

16.   Hvítlauksgrillaður ostur á rúg

ÞJÓNAR 4

Hráefni:

- 4 stórar, þykkar sneiðar af súrdeigsrúgbrauði
- 4 hvítlauksgeirar, helmingaðir
- 4-6 aura fetaostur, þunnt sneiddur eða mulinn
- 2 matskeiðar saxaður ferskur graslaukur eða grænn laukur
- Um það bil 6 aura þunnt sneið eða rifinn mildur hvítur bráðnandi ostur eins og Jack, medium Asiago eða Chaume

Leiðbeiningar

a) Forhitið grillið.
b) Ristið brauðið létt á bökunarplötu undir grillinu. Nuddaðu báðar hliðar með hvítlauk. Saxið afgang af hvítlauk og setjið til hliðar í smá stund.
c) Leggðu fetaostinn ofan á hvítlauksnudduðu ristuðu brauði, stráðu afgangi af saxuðum hvítlauk yfir, síðan með graslauk og toppaðu með seinni ostinum.
d) Steikið þar til osturinn bráðnar og síast, brúnast létt á blettum og brúnir ristað brauðsins eru stökkir og brúnir.
e) Berið fram strax, heitt og seytandi.

17.   breskurBræddur ostur& súrum gúrkum

ÞJÓNAR 4

Hráefni:

- 4 sneiðar matarmikið bragðmikið hvítt eða heilhveitibrauð
- Um 3 matskeiðar súrum gúrkum, gróft saxað
- 6-8 aura sterkur þroskaður Cheddar ostur eða enskur Cheshire, sneið

Leiðbeiningar

a) Forhitið grillið.
b) Raðið brauðinu á bökunarplötu. Ristaðu létt undir grillkökunni, fjarlægðu síðan og dreifðu súrum gúrkum ríkulega á létt ristað brauðið; toppið með ostinum og setjið undir grillið þar til osturinn bráðnar.

18.   fersk mozzarella, Prosciutto & Fig Jam

ÞJÓNAR 4

Hráefni:

- 4 mjúkar franskar eða ítalskar rúllur (eða hálfbakaðar ef þær eru til)
- 10–12 aura ferskur mozzarella, þykkur sneið
- 8 aura prosciutto, þunnt sneið
- $\frac{1}{4}$-$\frac{1}{2}$ bolli fíkjusulta eða fíkjusulta, eftir smekk
- Mjúkt smjör til að smyrja á brauð

Leiðbeiningar

a) Kljúfið hverja rúllu og leggið í lag með mozzarella og prosciutto. Dreifið efstu sneiðunum með fíkjusultunni og náið síðan.
b) Smyrjið létt utan á hverja samloku.
c) Hitið þunga nonstick pönnu eða panini pressu yfir miðlungs háan hita. Setjið samlokurnar á pönnuna, vinnið í tveimur lotum eftir stærð pönnunnar. Ýttu á samlokureða lokaðu grillinu og brúnaðu, snúðu einu sinni eða tvisvar þar til brauðið er stökkt og osturinn bráðnaður. Þó að rúllurnar byrji sem kringlóttar eru þær talsvert flatari þegar þær hafa verið pressaðar og auðvelt að snúa þeim, þó varlega sé.

19.   Sjaldgæft roastbeef með gráðosti

ÞJÓNAR 4

Hráefni:

- 4 mjúkar súrdeigs- eða sætar rúllur (eða ef til er 1 hálfbakað baguette, skorið í 4 hluta)
- 10-12 aura gráðostur, við stofuhita til að auðvelda útbreiðslu
- 8-10 aura sjaldgæft roastbeef, þunnt sneið
- Handfylli karslauf
- Mjúkt smjör til að smyrja á brauð

Leiðbeiningar

a) Kljúfið hverja rúllu og smyrjið síðan ríkulega með gráðosti á hvorri hlið. Leggðu nautasteikið í hverja rúllu, síðan karslaufin og lokaðu aftur og þrýstu vel til að loka.
b) Smyrjið létt utan á hverja samloku.
c) Hitið þunga pönnu, eða panini pressu, yfir meðalháan hita.
d) Setjið samlokurnar á pönnuna, vinnið í 2 lotum, allt eftir stærð pönnunnar.
e) Þyngd niður samkvæmt Ábending, og eldið, snúið einu sinni eða tvisvar þar til brauðið er stökkt og osturinn hefur bráðnað.

20. Rauða Leicester með lauk

ÞJÓNAR 4

Hráefni:

- 8 þunnar sneiðar af mjúku heilhveiti, spíruðum hveitiberjum, dilli eða ljúffengu hvítu eins og kartöflubrauði

- ½ meðalstór laukur, afhýddur og mjög þunnt skorinn þversum

- 10-12 aura mildur Cheddar-ostur

- Ólífuolía til að pensla eða mjúkt smjör til að smyrja á brauð

- Milt, spunky, mjög áhugavert sinnep að eigin vali

Leiðbeiningar

a) Leggið brauðsneiðarnar út. Toppið 4 brauðstykki með einu lagi af lauk, svo nægum osti til að hylja brauðið og laukinn alveg. Toppið hverja af þeim brauðsneiðum sem eftir eru til að mynda samlokur og þrýstið vel saman.
b) Penslið samlokurnar að utan með ólífuolíu eða smyrjið með mjúku smjöri.
c) Hitið þunga pönnu eða samlokupressu yfir miðlungs hátt, bætið síðan samlokunum út í og lækkið hitann í miðlungs. Settu aþyngd ofan áef þú notar pönnu skaltu lækka hitann ef hún hótar að brenna. Athugaðu annað slagið; þegar þau eru gullin og flögnuð brún á annarri hliðinni skaltu snúa þeim við, þyngja niður og brúna aðra hliðina.
d) Berið fram strax, skorið í báta eða þríhyrninga, ásamt sinnepi til að deyta.

21. Spínat & Dill Havartiá Brauði

ÞJÓNAR 4

Hráefni:

- 2 hvítlauksgeirar, saxaðir
- 2 matskeiðar extra virgin ólífuolía, skipt
- 1 bolli soðið, saxað spínat, tæmt og þerrað
- 8 sneiðar fjölkorna brauð eða 1 stykki af focaccia, um 12 × 15 tommur, skornar lárétt
- 8 aura dill Havarti, sneið

Leiðbeiningar

a) Hitið hvítlaukinn í 1 matskeið af ólífuolíu í þungri nonstick pönnu við miðlungs lágan hita, bætið síðan spínatinu út í og eldið saman í smá stund til að hitna í gegn.

b) Á 4 sneiðar af brauðinu (eða neðsta lagið af focaccia), raða ostinum, toppa síðan með spínatinu og öðru brauði (eða efst á focaccia).

c) Þrýstið saman til að loka vel og penslið síðan létt utan á samlokurnar með afganginum af ólífuolíu.

d) Brúnið samlokurnar á pönnu, að þyngja þá, eða í panini pressu við meðalháan hita. Eldið þar til það er létt stökkt og gullið á annarri hliðinni, snúið síðan við og brúnið hina hliðina. Þegar osturinn er bráðinn er samlokan tilbúin.

e) Berið fram strax, skerið á ská.

22.   Opinn andlitGrillaður Cheddar&Dill súrum gúrkum

ÞJÓNAR 4

Hráefni:

- 4 sneiðar gott hvítt brauð
- 6-8 aura þroskaður Cheddar ostur, þunnt sneið
- 1-2 sætar gúrkur eða kosher dill súrum gúrkum, þunnar sneiðar

Leiðbeiningar

a) Forhitið grillið.
b) Ristaðu brauðið létt undir grillinu og settu síðan smá ost, súrum gúrkum og fleiri osti yfir hverja sneið. Steikið þar til osturinn bráðnar og brúnir brauðsins verða stökkir og brúnaðir.
c) Berið fram strax, skorið í fernt.

23. Harry's Bar Special

GERIR 12; ÞJÓNAR 4

Hráefni:

- 6 aura Gruyère, Emmentaler eða annar svissneskur ostur, rifinn gróft
- 2-3 aura hægelduð reykt skinka
- Dásamleg klípa af þurru sinnepi
- Nokkrir hristingar af Worcestershire sósu
- 1 msk þeyttur rjómi eða sýrður rjómi, eða nóg til að halda öllu saman
- 8 mjög þunnar sneiðar af þéttu hvítu brauði, skorpurnar skornar af
- Ólífuolía til að pensla eða mjúkt smjör til að smyrja á brauð

Leiðbeiningar

a) Í meðalstórri skál skaltu sameina ostinn með reyktu skinku, sinnepi og Worcestershire sósu. Blandið vel saman, blandið svo rjómanum út í, bætið aðeins nógu miklu við til að það myndist þétta blöndu og haldist saman.

b) Smyrjið osta- og skinkublöndunni mjög þykkt á 4 bita af brauðinu og toppið með hinum 4. Þrýstið vel saman og skerið samlokur í 3 fingur hvern.

c) Penslið samlokurnar að utan með ólífuolíu, brúnið síðan við miðlungsháan hita í þungri nonstick pönnu, þrýstið þeim niður með spaðanum þegar þær eldast. Þegar þau eru létt stökk á fyrri hliðinni skaltu snúa þeim við og brúna hina hliðina.

d) Berið fram heitt, strax.

24. Crostini alla Carnevale

GERIR 16; ÞJÓNAR 4

Hráefni:

- 16 þunnar baguette sneiðar, skornar á ská og helst örlítið gamlar
- 2 matskeiðar extra virgin ólífuolía
- 3 hvítlauksrif, hakkað, skipt
- 4 aura ricotta ostur
- 4 aura mildur Asiago, Jack eða Fontina ostur, skorinn í teninga, rifinn gróft eða skorinn í strimla
- 6-8 kirsuberjatómatar, skornir í fjórða eða í teninga
- 2 matskeiðar saxaður ristaður rauð paprika
- 1-2 matskeiðar basil pestó

Leiðbeiningar

a) Forhitið grillið.
b) Kastið baguette sneiðunum með ólífuolíu í skál og raðið í eitt lag í eldfast mót eða á ofnplötu. Ristið undir grillkökunni í um það bil 5 mínútur, eða þar til það er létt gullið. Fjarlægðu og blandaðu ristuðu brauðunum með helmingnum af hvítlauknum. Setja til hliðar.
c) Í lítilli skál skaltu sameina afganginn af hvítlauknum með ricotta ostinum, Asiago, kirsuberjatómötum, papriku og pestói.
d) Toppið hvert ristað brauð með stórum klút af fyllingunni. Raðið á bökunarplötuna og setjið undir grillið þar til osturinn bráðnar og kraumar og brúnirnar á ristuðu brauðunum stökkar og brúnar.
e) Berið fram strax.

25. Bruschettaúr ólífu

GERIR 16 TIL 24; ÞJÓNAR8

Hráefni:

- 4 sneiðar af pain au levain eða öðru sveitabrauði, skorið í 4 til 6 bita í hverri sneið

- 2 hvítlauksgeirar

- Um það bil 1 msk extra virgin ólífuolía

- 4 aura fetaostur, sneiddur Rifinn börkur af 1 sítrónu

- 4 aura mildur bráðnandi ostur eins og Jack, fontina eða mild Asiago, þunnt sneið eða rifinn

- Um það bil 3 aura ung rúlla

Leiðbeiningar

a) Forhitið grillið.
b) Ristið brauðið létt undir grillinu. Takið af hitanum og nuddið báðar hliðar með hvítlauk.
c) Setjið hvítlauksrifið brauð á bökunarplötu og dreypið örlítilli ólífuolíu yfir, setjið síðan fetaostinn yfir, stráið sítrónuberkinum yfir, toppið með Jack-ostinum og setjið loks af ólífuolíu yfir. Steikið þar til osturinn bráðnar og loftbólur létt.
d) Berið fram strax, hverja pínulitlu grillaða ostasamloku með opnum andliti, toppað með litlum handfylli af rucola laufum.

26.	Casse Croûte úr gráðosti og Gruyère

ÞJÓNAR 4

Hráefni:

- 1 baguette, klofið eftir endilöngu og aðeins holað út
- 2-3 msk mjúkt smjör til að smyrja á brauð
- 1-2 matskeiðar þurrt hvítvín
- 3-4 hvítlauksgeirar, saxaðir
- 8-10 aura bragðgóður gráðostur
- 8-10 aura Gruyère
- Rist af múskat

Leiðbeiningar

a) Forhitið grillið.
b) Dreifið baguette helmingunum létt að innan með smjörinu og stráið svo smá af hvítvíninu yfir og smá af hvítlauknum. Setjið ostana í lag, endið með lagi af Gruyère og endið með múskatrifi, hvítlauknum sem eftir er og nokkrum dropum í viðbót af víninu.
c) Steikið samlokurnar þar til osturinn bráðnar og kraumar og brúnir brauðsins stökkir og brúnir.
d) Skerið í nokkra tommu langa bita og berið fram strax.

27. Crisp Truffled Comté með svörtum kantarellum

ÞJÓNAR 4

SAUÐAR SVARTAR KANTARELLUR

Hráefni:

- 1 únsa ferskir eða ½ eyri þurrkaðir svartir kantarellusveppir
- 6 matskeiðar ósaltað smjör
- ¼ bolli sveppa- eða grænmetissoð
- 2 matskeiðar svart truffluolía, eða eftir smekk

Samlokur

- 1 baguette, þunnar sneiðar á örlítið ská
- 8 aura Comté ostur, skorinn um 1/8 tommu þykkur og skorinn til að passa litlu sneiðar af baguette
- 1-2 matskeiðar extra virgin ólífuolía til að pensla brauð
- 1—2 hvítlauksgeirar, saxaðir
- 1—2 matskeiðar saxaður ferskur graslaukur eða flatblaða steinselja

Leiðbeiningar

a) To búðu til steiktu kantarellurnar: Ef þú notar ferska sveppi, þvoðu þá og þurrkaðu þá, saxaðu síðan smátt. Ef notaðir eru þurrkaðir sveppir, hellið þá sveppasoðinu, sem er hitað að rétt suðu, yfir sveppina til að endurvökva. Látið sitja, þakið, í um 30 mínútur eða þar til það er mjúkt og teygjanlegt. Takið úr vökvanum og kreistið þurrt, geymið vökvann fyrir matreiðsluna hér að neðan. Saxið endurvöktuðu sveppina og haltu áfram eins og með ferska.

b) Hitið smjörið yfir miðlungs hita í þungri nonstick pönnu; þegar það er bráðið og hnetubrúnt, bætið þá sveppunum út í og kraumið í smá stund í heitu smjörinu. Hellið soðinu út í og eldið við meðalháan hita þar til vökvinn er næstum alveg gufaður upp, 5 til 7 mínútur. Takið af hellunni og hellið í skál. Látið kólna í nokkrar mínútur, bætið svo truffluolíunni út í og hrærið vel og hrærið kröftuglega saman við.

c) Leggðu út baguette sneiðar; smyrjið helminginn af þeim með trufflusveppablöndunni, toppið síðan sneiðar af ostinum og loks afganginum af baguette. Þrýstið vel saman; samlokurnar, sem eru litlar með tiltölulega þurra fyllingu, eiga það til að falla í sundur. Þegar samlokurnar hafa brúnast bráðnar osturinn hins vegar og heldur þeim saman.

d) Penslið létt utan á hverja samloku með ólífuolíu. Hitið þunga pönnu sem er ekki stafur yfir miðlungs háan hita og bætið síðan samlokunum við, vinnið í lotum eftir þörfum. Efst með aþyngdog lækkið hitann í miðlungs eða miðlungs lágan. Brúnið samlokurnar, snúið einu sinni eða tvisvar þar til brauðið er stökkt og gullið og osturinn bráðnaður. Stráið smá af hvítlauknum og graslauknum yfir og berið fram.

e) Með því að strá hvítlauknum yfir rétt áður en þú fjarlægir hann af pönnunni heldurðu sterku og sterku bragðinu af hrálauknum, þannig að hver litla samloka bragðast eins og hvítlauksbrauðong fyllt með osti og trufflu. Endurtaktu með samlokunum sem eftir eru, fjarlægðu afganga af hvítlauk af pönnunni svo hann brenni ekki í næstu umferð af samlokubrúnun.

28. Geitaostabrauð með kryddi

GERIR 12; ÞJÓNAR 4

Hráefni:

- 12 þunnar baguette sneiðar, helst örlítið gamlar
- Extra virgin ólífuolía
- 3—4 aura örlítið þroskaður geitaostur
- Um $\frac{1}{4}$ tsk malað kúmen
- $\frac{1}{2}$ tsk timjan
- $\frac{1}{4}$-$\frac{1}{2}$ tsk paprika
- Um 1/8 tsk malað kóríander
- 2 hvítlauksgeirar, saxaðir
- 1-2 matskeiðar saxaður ferskur kóríander

Leiðbeiningar

a) Forhitaðu kál.

b) Penslið baguette sneiðarnar með ólífuolíu, raðið í eitt lag á ofnplötu og ristið létt undir grillkökunni á hvorri hlið.

c) Toppið ristuðu baguette sneiðarnar með ostinum og stráið síðan kúmeni, timjani, papriku, kóríander og söxuðum hvítlauk yfir. Dreypið ólífuolíu yfir og steikið þar til osturinn bráðnar örlítið og brúnast í blettum.

d) Stráið kóríander yfir og berið fram strax.

29. Roquefort samlokur&Beet Marmelaði

GERIR 8; ÞJÓNAR 4

ENGIFRÓFUMARMELAÐ

Hráefni:

- 3 meðalstórar rauðrófur (16 til 18 aura samtals), heilar og óafhýddar
- 1 laukur, skorinn í fjórða, auk ½ laukur, saxaður
- ½ bolli rauðvín
- Um ¼ bolli rauðvínsedik
- Um 2 matskeiðar sykur
- 2 matskeiðar rúsínur eða þurrkaðar fíkjur í teningum
- Um það bil ½ tsk hakkað afhýtt ferskt engifer
- Klípa af fimm krydddufti, negull eða kryddjurtum

Samlokur

- 16 mjög þunnar sneiðar á ská stykki af gamaldags baguette, eða þunnt sneið, gamaldags ciabatta
- 6 aura Roquefort ostur

- Um 1 matskeið ólífuolía til að pensla brauð
- Um það bil 2 bollar (3 únsur) vatnskarsi

Leiðbeiningar

a) Forhitið ofninn í 375°F.
b) Til að búa til rófusmarmelaði: Setjið rófurnar, laukinn og rauðvínið í fjórða hluta í ofnpönnu sem er nógu stórt til að það passi nokkur tommu bil á milli þeirra. Hyljið pönnuna með álpappír og bakið síðan í klukkutíma eða þar til rófurnar eru orðnar meyrar. Fjarlægðu, afhjúpaðu og láttu kólna.
c) Þegar það er kólnað, slepptu húðinni af rófunum og skerðu síðan í ¼ til 1/8 tommu bita. Saxið soðna laukinn gróft og blandið honum saman við hægelduðu ristuðu rauðrófurnar og matreiðslusafann af pönnunni í potti ásamt söxuðum hrálauknum, ediki, sykri, rúsínum, engifer og nokkrum matskeiðum af vatni.
d) Látið suðuna koma upp og eldið við meðalháan hita þar til laukurinn er mjúkur og mestur vökvinn hefur gufað upp. Ekki láta það brenna. Takið af hitanum og stillið bragðefnin með meiri sykri og ediki. Kryddið mjög lúmskur - aðeins

klípa - með fimm krydddufti. Setja til hliðar. Gerir um 2 bolla.

e) Til að búa til samlokurnar: Leggðu út 8 af baguette sneiðunum og dreifðu hverri þykkt með Roquefort osti. Toppið hverja af þeim sneiðum sem eftir eru af baguette og þrýstið vel saman til að halda. Penslið hvora hlið á litlu samlokunum með smá magni af ólífuolíu.

f) Hitið þunga pönnu yfir meðalháan hita og setjið samlokurnar í hana. Lækkið hitann í miðlungs lágan eða miðlungs. Eldið samlokurnar þar til þær verða stökkar gullnar á fyrstu hliðinni, þrýstið létt saman með spaðanum, snúið svo við og brúnið hina hliðina létt.

g) Berið fram stökkheitar litlu samlokurnar á disk, skreyttar með dúfu eða tveimur af karsa og rausnarlegri skeið af rófusarmelaði.

30. Bocadillo frá eyjunni Ibiza

ÞJÓNAR 4

TÚNFUNDUR OG RAUÐ PIPIPRANDI

Hráefni:

- 6 aura klumpur af hvítkjöti túnfiski, pakkað í ólífuolíu, tæmd
- 1 rauð paprika, ristuð, afhýdd og saxuð (úr krukku er fínt)
- ½ laukur, smátt saxaður
- 4—6 matskeiðar majónesi
- 1 matskeið extra virgin ólífuolía
- 1—2 tsk paprika, helst ungversk eða spænsk
- Nokkrir dropar af ferskri sítrónu
- safi
- Salt
- Svartur pipar

Samlokur

- 8 sneiðar sólþurrkað tómatbrauð
- 8 aura gamall Gouda ostur, Jack eða hvítur Cheddar
- Ólífuolía til að pensla brauð

Leiðbeiningar

a) Til að búa til túnfiskblönduna: Brjótið túnfiskinn í sundur með gaffli í meðalstórri skál, blandið síðan saman við rauða pipar, lauk, majónes, ólífuolíu, papriku, sítrónusafa, salti og pipar. Stilltu magn af majónesi til að ná fallegri þykkri þéttleika.

b) Til að gera samlokurnar: Raðið 4 sneiðum af brauðinu og toppið hverja með fjórðungi af osti. Toppið með túnfiskblöndunni, síðan með brauðinu sem eftir er.

c) Penslið samlokurnar að utan með ólífuolíunni. Hitið þunga pönnu sem er ekki stafur yfir meðalháum hita og bætið samlokunum út í.

d) Þyngdu þá niður með botni þungasteikarpanna, ekki til að þrýsta á þá heldur til að halda toppunum á og halda þeim flötum á meðan osturinn bráðnar. Lækkið hitann í miðlungs og eldið á fyrstu hliðinni þar til brauðið er stökkt og gullið, snúið síðan við og endurtakið.
e) Lyftu vigtunarpönnunni öðru hvoru til að athuga ástandið með ostinn.
f) Þegar það bráðnar - og þú getur sagt þetta vegna þess að smá hluti mun leka út - og brauðið er gullið og stökkt skaltu taka af pönnunni. Ef brauðið er að verða of dökkt áður en osturinn bráðnar skaltu minnka hitann.
g) Berið fram strax, heitt og sjóðandi-stökkt.

31. KlúbburGrillaðSamloka

ÞJÓNAR4

Hráefni:

- 3 matskeiðar majónesi
- 1 msk kapers, tæmd
- 8 þykkar beikonsneiðar
- 8 þunnar sneiðar pain au levain, skornar úr hálfu stóru brauði (um 10 tommur á lengd, 5 tommur á breidd)
- 8 aura Beaufort, Comté eða Emmentaler ostur, skorinn í sneiðar
- 2 þroskaðir tómatar, skornir í sneiðar
- 2 steiktar, ristaðar eða grillaðar beinlausar kjúklingabringur, skornar í sneiðar
- Ólífuolía til að pensla brauð
- Um 2 bollar rucola lauf
- Um 12 blöð fersk basil

Leiðbeiningar

a) Blandið majónesi saman við kapers í lítilli skál. Setja til hliðar.
b) Eldið beikonið á þungri pönnu þar til það er stökkt og brúnt á báðum hliðum. Takið af pönnunni og látið renna af á ísogandi pappírshandklæði.
c) Raðið 4 bitum af brauðinu á vinnuborð og settu hvert lag af osti yfir, svo lag af tómötum, beikoni og loks kjúklingnum.
d) Dreifið kapermajónesi ríkulega á 4 brauðsneiðarnar sem eftir eru og toppið hverja samloku. Ýttu á til að loka vel.
e) Penslið utanverðið létt með ólífuolíu.
f) Hitið þunga nonstick pönnu eða panini pressu yfir miðlungs háan hita. Bætið samlokunum út í, vinnið í tveimur lotum ef þarf. Þyngd niðursamlokurlétt, minnkið hitann í miðlungs og eldið þar til botninn á brauðinu er brúnaður í blettum og osturinn hefur bráðnað nokkuð.
g) Snúðu því varlega við og notaðu hendurnar til að koma á stöðugleika í samlokunum á spaðanum ef þær eru í hættu að falla í sundur. Brúnið á annarri hliðinni, án lóðar, en þrýstu aðeins á

samlokurnar til að þétta þær og halda þeim saman.

h) Takið af pönnunni, opnið toppana á öllum 4 samlokunum og setjið handfylli af rucola og nokkrum basilíkulaufum í og lokaðu þeim svo öllum saman.

i) Skerið í tvennt og berið fram strax.

32. Welsh Rarebit með soðnu eggi

ÞJÓNAR 4

Hráefni:

- 4 stór egg
- Nokkrir dropar af hvítvínsediki
- 4 sneiðar heilhveiti eða súrdeigsbrauð, eða 2 helmingar enskar muffins
- Um 2 matskeiðar mjúkt smjör
- 12 aura skarpur Cheddar eða Cheshire ostur, gróft rifinn
- 1—2 grænir laukar, þunnar sneiðar
- 1-2 tsk öl eða lager (valfrjálst)
- ½ tsk heilkorns sinnep og/eða nokkrar klípur þurrt sinnepsduft
- Nokkrir rausnarlegir hristingar af Worcestershire sósu
- Nokkrir hristingar af cayenne pipar

Leiðbeiningar

a) Steikið eggin: Brjótið hvert egg og setjið í bolla eða ramekin. Látið suðu koma upp á djúpa pönnu fyllt með vatni; lækkið hitann og látið sjóða í suðu. Ekki salta vatnið, heldur bæta við nokkrum hristingum af ediki. Setjið hvert egg í létt sjóðandi vatnið.

b) Eldið eggin þar til hvítan er stinn og eggjarauðan enn rennandi, 2 til 3 mínútur. Fjarlægðu með sleif og settu á disk til að tæma umfram vatn.

c) Forhitið grillið.

d) Ristið brauðið létt undir grillinu og smyrjið það létt.

e) Raðið brauðinu á bökunarplötu. Toppið hvern bita með 1 af soðnu eggjunum.

f) Blandið saman Cheddar, grænum lauk, öli, sinnepi, Worcestershire sósu og cayenne pipar í meðalstórri skál. Hellið ostablöndunni varlega jafnt yfir steiktu eggin, passið að brjóta ekki eggjarauðurnar.

g) Steikið ristað brauð með osti og eggi þar til osturinn bráðnar í gooey sósulíka blöndu og brúnir osts og ristuðu brauðs jafnt stökkir og brúnir. Berið fram strax.

33. Grilluð skinka, ostur og ananas

ÞJÓNAR 4

Hráefni:

- 6-8 aura kalkúnskinka, gróft hakkað eða skorið í tætlur ef það er þegar skorið í þunnar sneiðar
- 3 matskeiðar majónesi eða eftir þörfum
- 4 þykkar sneiðar ferskur ananas eða 5 sneiðar niðursoðnar í eigin safa
- 8 sneiðar heilhveiti eða hveitiberjabrauð, þunnar sneiðar
- Um 12 til 15 sneiðar af brauð-og-smjör súrum gúrkum
- ½ laukur, þunnt sneið
- Um það bil 8 aura Taleggio ostur (börkur skorinn af), eða skarpur Cheddar ostur, skorinn í sneiðar
- Extra virgin ólífuolía til að pensla brauð

Leiðbeiningar

a) Í lítilli skál skaltu sameina kalkúnskinkuna með majónesi. Leggðu það til hliðar.
b) Skerið eða grófsaxið ananasinn og setjið til hliðar í skál. Ef þú notar ferskt skaltu blanda því saman við sykur eftir smekk.
c) Leggið út brauðsneiðarnar. Á 4 þeirra dreift ananasinn. Á hinum 4 skaltu fyrst setja hluta af súrum gúrkum, síðan kalkúnaskinkusalatblöndunni, síðan lauk og Taleggio. Toppið varlega með ananasbrauðsneiðunum til að mynda samlokur og þrýstið vel saman. Penslið létt á hvora hlið með ólífuolíu.
d) Hitið þunga nonstick pönnu eða panini pressu yfir miðlungs háan hita. Setjið samlokurnar á pönnuna, brúnið og pressið, þar til fyrri hliðin er stökk og gullin og osturinn byrjar að bráðna; notaðu síðan spaðann og hugsanlega smá hjálp frá hendinni, snúðu samlokunum varlega við og eldaðu á annarri hliðinni, þrýstu um leið og þær brúnast.

e) Þegar samlokurnar eru stökkar og ljósbrúnar á báðum hliðum og osturinn bráðinn, takið þá af pönnunni, skerið í tvennt og berið fram.

34. Heit muffaletta

ÞJÓNAR 4

Hráefni:

- 4 mjúkar franskar rúllur
- Extra virgin ólífuolía
- Nokkrir hristingar hér og þar af rauðvínsediki
- 4–6 hvítlauksgeirar, saxaðir
- 3–4 tsk kapers, tæmd
- 2–3 stórar klípur af þurrkuðu oregano, mulið
- ½ bolli ristuð rauð paprika saxuð eða skorin í bita
- 4 mildar súrsaðar paprikur, svo sem grískar eða ítalskar, í sneiðar
- ½ rauður eða annar mildur laukur, mjög þunnt skorinn
- ½ bolli pimiento fylltar grænar ólífur, sneiðar
- 1 stór tómatur, þunnt skorinn
- 4 aura þurrkað salami, þunnt sneið
- 4 aura skinka, reyktur kalkúnn

- 8 aura þunnt sneiddur provolone ostur

Leiðbeiningar

a) Opnaðu rúllurnar og dragðu dálítið af dúnkenndu innri þeirra út. Stráið hverri niðurskornu hlið með ólífuolíu og ediki, síðan með hvítlauk, kapers og oregano. Á annarri hlið hverrar rúllu skaltu setja rauða papriku, súrsuðu papriku, lauk, ólífur, tómata, salami, skinku og að lokum ostinn. Lokaðu vel og þrýstu vel saman til að hjálpa til við að þétta.
b) Hitið þunga pönnu yfir miðlungsháan hita og penslið létt utan á hverri rúllu með ólífuolíu. Setjið samlokurnar á pönnuna ogþyngd niður, eða settu þau í panini pressu.
c) Eldið þar til gullinbrúnt er á annarri hliðinni, snúið síðan við og brúnið aðra hliðina. Samlokur eru tilbúnar þegar þær eru orðnar gylltar og osturinn hefur runnið aðeins út og stökkur á stöðum. Skerið í tvennt og borðið strax.

35. Kúbu samloka

ÞJÓNAR4

Hráefni:

Mojo sósa

- 2 matskeiðar extra virgin ólífuolía
- 8 hvítlauksgeirar, þunnar sneiðar
- 1 bolli ferskur appelsínusafi og/eða greipaldinsafi
- ½ bolli ferskur lime safi og/eða sítrónusafi
- ½ tsk malað kúmen Salt
- Svartur pipar

Samlokur

- 1 mjúkt baguette eða 4 mjúkar langar franskar rúllur, klofnar
- Mjúkt smjör eða ólífuolía til að pensla brauð
- 6 aura þunnt sneið soðin eða hunangssteikt skinka
- 1 soðin kjúklingabringa, um 6 aura, þunnt sneið
- 8 aura bragðgóður ostur eins og Gouda, manchego eða Edam, sneið

- 1 dill, kosher dill eða sæt súrum gúrkum, þunnar sneiðar

- Um 4 blöð smjör eða Boston Bibb salat

- 2—3 miðlungs, þroskaðir tómatar, skornir í sneiðar

Leiðbeiningar

a) Til að búa til Mojo sósuna: Hitið ólífuolíuna og hvítlaukinn varlega á lítilli þungri pönnu þar til hvítlaukurinn er létt gullinn en ekki brúnn, um það bil 30 sekúndur. Bætið sítrussafanum, kúmeninu, salti og pipar eftir smekk og takið af hitanum. Látið kólna, smakkið til og stillið eftir kryddi. Endist í allt að 3 daga í kæli. Gerir 1 $\frac{1}{2}$ bolla.

b) Forhitið grillið.

c) Til að búa til samlokurnar: Dragðu út smá af dúnkenndu innanverðu hverri rúllu. Fargið brauðinu sem er dregið út eða geymið það til annarra nota. Penslið báðar hliðar rúllanna með litlu magni af mjúku smjöri eða ólífuolíu. Ristið létt undir grillkökunni á hvorri hlið og takið síðan af hellunni.

d) Skvettu smá af mojo-sósunni á afskornar hliðar brauðsins og settu síðan skinkuna, kjúklinginn, ostinn og súrum gúrkum í lag. Lokið vel og þrýstið saman til að hjálpa til við að þétta og penslið létt utan á samlokurnar með ólífuolíu.

e) Hitið þunga pönnu eða panini pressu yfir meðalháan hita og brúnið samlokurnar, þyngja þá niður. Þú vilt pressa samlokurnar eins flatar og hægt er. Eldið þar til það er létt stökkt að utan og osturinn byrjar að bráðna. Þrýstu samlokunum með spaðanum þegar þú snýrð þeim til að hjálpa til við að þrýsta þeim flatt líka.

f) Þegar samlokurnar eru stökkar og brúnaðar skaltu taka af pönnunni. Opnaðu, bætið salati og tómötum út í og berið fram strax, með auka mojo á hliðinni.

36.   Parísar grillaður ostur

ÞJÓNAR 4

Hráefni:

- 8 sneiðar stífar, bragðmikilar og gæða hvítt eða franskt brauð
- 4 þunnar sneiðar soðin eða bakuð skinka eða kalkúnskinka
- 2 matskeiðar ósaltað mjúkt smjör
- 4 aura ostur af Gruyère-gerð

Leiðbeiningar

a) Forhitið grillið.
b) Raðið 4 sneiðum af brauðinu á bökunarplötu, toppið síðan skinkuna og brauðsneiðarnar sem eftir eru til að búa til samlokur. Smyrjið hverja samloku að utan, setjið síðan undir grillið þar til hún er létt gullin, snúið við og brúnið á annarri hliðinni.
c) Stráið osti yfir alla hliðina á samlokunum og setjið svo aftur í kálið í nokkur augnablik eða þar til osturinn bráðnar og bólar aðeins hér og þar. Borðaðu strax með grænu salati við hliðina á.

37. BocadillofráEyjan Ibiza

ÞJÓNAR 4

Hráefni:

- 4 stórar mjúkar, flatar franskar eða ítalskar rúllur, helst súrdeig
- 6—8 hvítlauksgeirar, helmingaðir
- 4-6 matskeiðar extra virgin ólífuolía
- 1 matskeið tómatmauk (valfrjálst)
- 2—3 stórir þroskaðir tómatar, þunnar sneiðar
- Ríkulegt strá af þurrkuðu oregano (helst grísku, sikileysku eða spænsku)
- 8 þunnar sneiðar spænskur jamon eða álíka skinka eins og prosciutto
- Um það bil 10 aura mildur og bráðnandi en samt bragðmikill ostur, eins og manchego, Idiazábal, Mahon, eða Kaliforníuostur eins og Ig Vella's semi secco eða Jack
- Blandaðar Miðjarðarhafsólífur

Leiðbeiningar

a) Forhitið grillið.
b) Skerið rúllurnar opnar og ristið létt á hvorri hlið undir grillinu.
c) Nuddaðu hvítlauknum á afskornu hlið hvers brauðs.
d) Dreifið hvítlauksnudda brauðinu með ólífuolíu og penslið utan með aðeins meira af olíunni. Smyrjið létt með tómatmaukinu, leggið síðan niðursneidda tómatana og safa þeirra á rúllurnar, þrýstið tómatmaukinu og tómötunum saman við svo safinn gleypist í brauðið.
e) Stráið mulnu oregano yfir og settu síðan skinkuna og ostinn yfir. Lokið og þrýstið vel saman og penslið síðan létt með ólífuolíu.
f) Hitið þunga pönnu eða panini pressu yfir miðlungsháan hita og bætið síðan samlokunum við. Ef þú notar pönnu skaltu þyngjasamlokur niður.
g) Lækkið hitann í meðal-lágan og eldið þar til hann er létt stökkur að utan og osturinn byrjar að bráðna. Snúið við og brúnið á annarri hliðinni.
h) Skerið í tvennt og berið fram strax, með handfylli af blönduðum ólífum við hliðina.

38. Tómatar & Mahon ostur á ólífubrauði

GERIR4

Hráefni:

- 10—12 fersk, lítil salvíublöð
- 3 matskeiðar ósaltað smjör
- 1 matskeið extra virgin ólífuolía
- 8 sneiðar sveitabrauð
- 4 aura prosciutto, þunnt sneið
- 10-12 aura fjallaostur með fullum bragði eins og fontina, þroskaður Beaufort eða Emmentaler
- 2 hvítlauksgeirar, saxaðir

Leiðbeiningar

a) Hrærið salvíublöðin, smjörið og ólífuolíuna saman í þungri nonstick pönnu á miðlungs lágum hita þar til smjörið bráðnar og freyðir.

b) Á meðan skaltu setja út 4 brauðsneiðar, toppa með prosciutto, síðan fontina, svo stráð af hvítlauk. Setjið afganginn af brauðinu ofan á og þrýstið vel saman.

c) Settu samlokurnar varlega í heita salvíusmjörblönduna; þú gætir þurft að gera þær í nokkrum lotum eða nota 2 pönnur. Þyngd meðþung steikarpönnu ofan áað þrýsta samlokunum niður. Eldið þar til það er létt stökkt að utan og osturinn byrjar að bráðna. Snúið við og brúnið á annarri hliðinni.

d) Berið fram samlokur heitar og stökkar, skornar í ská helming. Fleygðu salvíublöðunum eða nartaðu þau upp, stökk og brúnuð.

39. Emmentaler og peraSamloka

ÞJÓNAR 4

Hráefni:

- 8 þunnar sneiðar pain au levain, súrdeig eða súrt pumpernickel
- 4 aura Emmentaler ostur, þunnt sneið
- 1 þroskuð en þétt pera, óafhýdd og mjög þunnar sneiðar
- 4 aura Appenzell ostur, þunnt sneið
- Nokkrar klípur af kúmenfræjum Mjúkt smjör eða ólífuolía til að pensla brauð

Leiðbeiningar

a) Raðið 4 sneiðum af brauðinu á vinnuborð, settu síðan lag af Emmentaler osti yfir, síðan peru, síðan smá Appenzell osti og strá af kúmenfræi. Toppið hverja samloku með annarri brauðsneið og þrýstið vel saman til að loka.

b) Smyrjið létt utan á hverja samloku með smjöri. Hitið þunga pönnu eða samlokupressu yfir miðlungsháan hita. Leggðu lóð á samlokur. Brúnið, snúið einu sinni eða tvisvar þar til brauðið er stökkt og gullið og osturinn bráðnaður.

c) Berið fram strax.

40. Grillað Pumpernickel og Gouda

ÞJÓNAR 4

Hráefni:

Steinselju-estragon sinnep

- 3 matskeiðar heilkorns sinnep
- 3 matskeiðar milt Dijon sinnep
- 2 matskeiðar söxuð fersk flatblaða steinselja
- 1 matskeið saxað ferskt estragon
- 1 lítill hvítlauksgeiri, saxaður
- Nokkrir dropar af rauðvíns- eða hvítvínsediki, eftir smekk

Samlokur

- 8 sneiðar mjúkt dökkt pumpernickel brauð
- 8 aura gamall Gouda, manchego eða svipaður hnetukenndur ostur
- Mjúkt smjör eða ólífuolía til að pensla brauð

Leiðbeiningar

a) Til að búa til steinselju-estragon sinnep: Blandið heilkorninu og Dijon sinnepinu saman í litla skál og hrærið steinselju, estragon og hvítlauk saman við. Bætið við nokkrum dropum af ediki eftir smekk og setjið til hliðar. Gerir um 1/3 bolla.
b) Til að gera samlokurnar: Raðið 4 sneiðum af brauðinu á vinnuborð. Bætið við lagi af ostinum og setjið síðan seinni brauðbitann ofan á. Þrýstið saman og dreifið létt eða penslið utan með smjörinu.
c) Hitið þunga pönnu eða panini pressu yfir miðlungsháan hita og bætið samlokunum við. Þyngd með sekúndusteikarpannaog lækkið hitann í miðlungs lágan. Eldið þar til fyrri hliðin er stökk og gullin, snúið síðan við og eldið hina þar til osturinn er bráðinn.
d) Berið fram strax, með steinselju-estragonsinnepinu á hliðinni, til að þvo á eftir þörfum.

41.   Mahon ostur á svörtu ólífubrauði

ÞJÓNAR 4

Hráefni:

- 8 sneiðar svart ólífubrauð
- 1 hvítlauksgeiri, smátt saxaður
- 4 stórir, feitir, þroskaðir, bragðmiklir tómatar
- 1—2 tsk fersk timjanblöð
- 8—10 aura Mahon, þroskaður Gouda eða Mezzo Secco ostur
- Ólífuolía til að pensla brauð

Leiðbeiningar

a) Stráið 4 af brauðsneiðunum yfir hvítlaukinn og settu síðan tómatana í lag (leyfðu safa þeirra að sökkva niður í brauðið). Stráið tómatsneiðunum yfir timjanblöðin.

b) Toppið með lagi af ostinum, síðan brauðinu sem eftir er, til að mynda 4 samlokur. Þrýstið saman til að loka vel. Penslið utan á hvern með ólífuolíu.

c) Hitið þunga pönnu eða samlokupressu yfir meðalháan hita og bætið samlokunum út í, þyngja þá niður. Brúnið samlokurnar, snúið einu sinni eða tvisvar þar til brauðið er stökkt og gullið og osturinn hefur bráðnað, lekur út og stökkur aðeins þegar hann berst á pönnuna.

d) Berið fram strax.

42. Reykt Tyrkland, Taleggio &Gorgonzola

ÞJÓNAR 4

Hráefni:

- 1 mjúkt, flatt, loftgott ítalskt brauð, eins og ciabatta, eða 4 mjúkar ítalskar/frönskar rúllur; ef hálfbakað er í boði skaltu velja þessar

- 6 aura Gorgonzola ostur, þunnt sneiddur eða mulinn gróft

- 8 aura reyktur kalkúnn, þunnt sneið

- 1 meðalstór eða 2 lítil skörp en bragðmikil epli, kjarnhreinsuð, óafhýdd og mjög þunnar sneiðar

- 6 aura Taleggio, Teleme, Jack, eða tomme de montagne ostur, skorinn í 4 sneiðar (Hvort þú eigir að skilja Taleggio börkinn eftir eða skera hann af er undir þér komið; börkurinn hefur örlítið sterkt bragð sem sumir elska, sumir ekki eindregið.)

- Ólífuolía til að pensla brauð

Leiðbeiningar

a) Skerið brauðið í 4 jafnstóra bita. Skerið hvert brauðstykki lárétt, látið 1 hlið vera tengda ef hægt er.

b) Opnaðu 4 brauðbitana. Á 1 hliðarlagi Gorgonzola, reyktan kalkún og sneið epli í jöfnu magni. Toppaðu með Taleggio og lokaðu samlokunum vel, þrýstu þétt til að loka.

c) Penslið samlokurnar, efst og neðst, með ólífuolíu, hitið síðan þunga pönnu sem er ekki stafur á meðalháum hita. Setjið samlokurnar á heita pönnuna og lækkið hitann í einu niður í mjög lágan. Þyngd ofan á, eða notaðu samlokupressu eða paninipressu.

d) Eldið þar til þær eru gullinbrúnar og ristaðar, snúið síðan við og brúnið seinni hliðarnar létt. Athugaðu annað slagið til að vera viss um að brauðið brenni ekki.

e) Berið fram um leið og báðar hliðar eru stökkar og osturinn bráðinn.

43.   Brætt Jarlsbergá súrdeig

ÞJÓNAR 4

Hráefni:

- 8 meðalþykkar sneiðar súrdeigsbrauð
- 8 aura Jarlsberg eða mildur bráðnandi ostur eins og Jack
- 2 ristaðar rauðar paprikur, sneiddar eða 3 til 4 matskeiðar saxaðar ristaðar rauðar paprikur
- 2 hvítlauksgeirar, þunnar sneiðar
- 2 tsk söxuð fersk rósmarínblöð, eða eftir smekk
- Ólífuolía til að pensla brauð

Leiðbeiningar

a) Raðið 4 brauðsneiðum á vinnuborð og toppið með ostinum, bætið svo rauðu paprikunni, hvítlauknum og rósmaríninu út í. Setjið afganginn af brauðsneiðunum ofan á og þrýstið varlega saman. Penslið utan á hverja samloku létt með olíunni.

b) Hitið þunga pönnu eða samlokupressu yfir miðlungsháan hita og bætið samlokunum við, vinnið í nokkrum lotum ef þörf krefur. Lækkið hitann í miðlungs-lágan, brúnið samlokurnar hægt (ýtið með spaðanum til að verða stökkar), þar til osturinn er létt stökkur að utan og osturinn byrjar að bráðna. Snúið við og endurtakið á annarri hlið.

c) Berið fram hverja samloku skera í helminga eða fjórðunga.

44. Torta of Chicken, Queso Fresco og Gouda

ÞJÓNAR 4

Hráefni:

- 2 salvíu/jurtapylsur (um 14 aura), annað hvort svínakjöt, kalkún eða grænmetisæta

- 6 aura rifinn Jack eða miðlungs Asiago ostur

- 1-2 matskeiðar (um 2 aura) nýrifinn ostur eins og parmesan, locatelli Romano eða þurr Jack

- 2 grænir laukar, þunnar sneiðar

- 2—3 tsk sýrður rjómi Klípa af kúmenfræjum Pínulítil klípa af túrmerik Doppið af brúnu sinnepi

- Klípa af cayenne pipar eða nokkrir dropar heit piparsósa

- 8 þunnar sneiðar heilkornsbrauð (svo sem hveitiber, sólblómafræ eða spíraða hveiti)

- 2-3 matskeiðar extra virgin ólífuolía

- 3 hvítlauksgeirar, þunnar sneiðar

- 1—2 sítrónur að marokkóskum stíl, skolaðar vel og skornar í sneiðar eða saxaðar

- 1—2 tsk fínt söxuð fersk flatblaða steinselja

Leiðbeiningar

a) Skerið pylsurnar í sneiðar og brúnið þær síðan fljótt við meðalhita á lítilli nonstick pönnu. Takið af pönnunni, setjið á pappírshandklæði og látið kólna. Skildu pönnuna eftir á hellunni og slökktu á hitanum.

b) Í meðalstórri skál skaltu blanda saman ostunum 2 með grænlauknum, sýrðum rjóma, kúmenfræjum, túrmerik, sinnepi og cayenne pipar. Þegar pylsan er orðin köld er henni blandað saman við ostinn.

c) Hrúgðu 4 sneiðum af brauðinu saman við osta- og pylsublönduna og settu síðan annað brauð ofan á. Klappið vel niður og þrýstið létt en þétt þannig að samlokan haldist saman.

d) Hitið pönnuna aftur yfir miðlungs-háan hita og bætið um helmingi af ólífuolíu og hvítlauk út í, ýtið svo hvítlauknum til hliðar og bætið við 1 eða 2 samlokum, hversu margar sem pönnunin tekur. Eldið þar til það er létt stökkt á annarri hliðinni og osturinn byrjar að bráðna.

e) Snúið við og eldið seinni hliðina þar til hún er gullinbrún. Fjarlægðu á disk og endurtaktu með hinum samlokunum, hvítlauknum og olíunni. Þú getur annað hvort fargað ljósbrúnuðum hvítlauknum eða nartað í hann; Hvort sem þú gerir skaltu taka það af pönnunni áður en það svartnar þar sem það gefur biturt bragð í olíunni ef hún brennur.

f) Berið samlokurnar fram strax, pípuheitar, skornar í þríhyrninga og stráið varðveittu sítrónunni og saxaðri steinselju yfir.

45. Panini fráEggaldin Parmigiana

ÞJÓNAR 4

Hráefni:

- ¼ bolli extra virgin ólífuolía, eða eins og þú vilt, skipt
- 1 meðalstórt eggaldin, sneið ½ til ¾ tommu þykkt
- Salt
- 4 stórar mjúkar rúllur, súrdeigs eða sætar
- 3 hvítlauksgeirar, saxaðir
- 8 stór fersk basilíkublöð
- Um ½ bolli ricotta ostur
- 3 matskeiðar nýrifinn parmesan, pecorino eða locatelli Romano ostur
- 6—8 aura ferskur mozzarella ostur
- 4 þroskaðir safaríkir tómatar, þunnar sneiðar (þar á meðal safi þeirra)

Leiðbeiningar

a) Raðið eggaldinsneiðunum á skurðbretti og stráið salti yfir ríkulega. Látið standa í um það bil 20 mínútur eða þar til dropar af raka birtast á yfirborði eggaldinsins. Skolið það vel af, þurrkið síðan eggaldinið.

b) Hitið 1 matskeið af olíunni í þungri nonstick pönnu yfir miðlungshita. Bætið við eins miklu af eggaldininu sem passar í eitt lag og þröngvar ekki saman. Brúnaðu eggaldinsneiðarnar, hreyfðu þær þannig að þær brúnist og eldist í gegn en brenni ekki.

c) Snúið við og steikið á annarri hliðinni þar til sú hlið er léttbrúnt og eggaldinið er mjúkt þegar það er stungið í með gaffli. Þegar eggaldin er soðið, taktu það á disk eða pönnu og haltu áfram að bæta við eggaldininu þar til þau eru öll soðin. Setjið til hliðar í nokkrar mínútur.

d) Opnaðu rúllurnar og dragðu smá af loftkenndinni út og stráðu síðan söxuðum hvítlauk á hverja afskorna hlið. Á annarri hlið hverrar rúllu, setjið sneið eða 2 af eggaldin, settu síðan blað eða 2 af basilíku yfir, smá ricotta ost, stökkva af parmesan og lagi af mozzarella. Ljúktu með sneiðum tómötum; lokaðu og þrýstu varlega til að loka saman.

e) Hitið sömu pönnu yfir meðalháan hita eða notið panini pressu og penslið samlokurnar létt með smá ólífuolíu að utan. Brúnið eða grillið samlokurnar, þrýstið um leið og þær brúnast og stökkar.

f) Þegar fyrri hliðin er brún í gegn, snúið við og brúnið hina þar til osturinn er bráðinn. Berið fram strax.

46. Grillað eggaldin og chaumes,

ÞJÓNAR 4

Hráefni:

RAUTT CHILI AIOLI

- 2—3 hvítlauksgeirar, saxaðir
- 4-6 matskeiðar majónes Safi úr ½ sítrónu eða lime (um 1 matskeið eða eftir smekk)
- 2—3 tsk chiliduft 1 tsk paprika
- ½ tsk malað kúmen Stór klípa þurrkuð oregano lauf, mulin
- 2 matskeiðar extra virgin ólífuolía
- Nokkrir hristir reykjandi chilesósu eins og Chipotle Tabasco eða Buffala
- 2 matskeiðar gróft saxað ferskt kóríander
- 1 eggaldin, skorið þversum í ¼- til ½ tommu þykkar sneiðar Ólífuolía
- 4 mjúkar hvítar eða súrdeigsrúllur, eða 8 sneiðar af hvítu eða súrdeigsbrauði í sveitastíl
- ¾ bolli marineruð ristuð rauð og/eða gul paprika, helst í saltlegi (keypt, eðaheimabakað,)

- Um það bil 12 aura hálfmjúkur en bragðgóður ostur

Leiðbeiningar

a) Til að gera Red Chili Aioli: Blandaðu hvítlauknum saman við majónesi, sítrónusafa, chiliduftI, papriku, kúmen og oregano í lítilli skál; hrærið vel til að blanda saman. Þeytið ólífuolíunni út í með skeið eða þeytara, bætið olíunni við nokkrum teskeiðum í einu og þeytið þar til það er blandað inn í blönduna áður en restinni er bætt út í.

b) Þegar það er slétt, hristið reyktri chilesósu út í eftir smekk og hrærið loks kóríander út í. Lokið og kælið þar til það er tilbúið til notkunar. Gerir um 1/3 bolla.

c) Til að undirbúa eggaldinið, penslið eggaldinsneiðarnar létt með ólífuolíu og hitið þunga pönnu yfir miðlungsháan hita. Brúnaðu eggaldinsneiðarnar á hvorri hlið þar til þær eru ljósbrúnar og mjúkar þegar þær eru stungnar með gaffli. Setja til hliðar.

d) Til að búa til samlokurnar: Leggðu út opnar mjúku rúllurnar og settu rauða chili-aioli ríkulega á innanverðan. Leggðu eggaldinsneiðar á aðra hliðina á rúllunum, síðan paprikuna, svo lag af ostinum. Lokaðu og þrýstu vel saman. Penslið létt utan á hverja samloku með ólífuolíu.

e) Hitið pönnuna aftur yfir meðalháum hita, bætið síðan samlokunum út í og lækkið hitann í miðlungs-lágan. Þyngd niðursamlokur, og eldið í nokkrar mínútur. Þegar botnbrauðið er orðið gullið og örlítið brúnt á stöðum, snúið við og eldið hina hliðina, svipað þungt.

f) **5**Þegar sú hlið er líka gullin og stökk, ætti osturinn að vera bráðinn og klístur; það getur verið að það leki aðeins út og stökkt eins og það gerir. (Ekki farga þessum gómsætu stökku bitum, bara henda þeim á hvern disk ásamt samlokunni.)

g) Fjarlægðu samlokurnar á diska; skera í tvennt og bera fram.

h) Reykt beikon og cheddarmeð Chipotle Relish

i) Smoky chipotle ásæld, bragð af snerpu sinnepi, kjötmikið reykt beikon og sterkur bitur cheddar - það er ekkert lúmskur við þessa samloku með stórum bragði. Prófaðu líka chipotle-smekkinn á hamborgara! Glas af cerveza með limebát á hliðinni nálgast fullkomnun.

47. Sveppir & Bræddur Ostur á Pain au Levain

ÞJÓNAR 4

Hráefni:

- 1-1½ aura þurrt porcini eða cèpes,
- Um það bil ½ bolli þungur rjómi
- Salt
- Nokkur korn af cayenne pipar
- Nokkrir dropar af ferskum sítrónusafa
- ½ tsk maíssterkju, blandað saman við 1 tsk vatn
- 8 sneiðar pain au levain eða annað franskt brauð
- Um 1 msk mjúkt smjör til að smyrja á brauð
- 2 hvítlauksgeirar, smátt saxaðir
- 8-10 aura sneið pecorino, fontina eða Mezzo Secco ostur
- 4 matskeiðar nýrifinn parmesanostur
- Um ¼ bolli fínt saxaður ferskur graslaukur

Leiðbeiningar

a) Í þungum potti, blandaðu sveppunum og 2 bollum af vatni. Látið suðuna koma upp, lækkið hitann og látið malla þar til vökvinn er næstum gufaður upp og sveppirnir mýkir, 10 til 15 mínútur.

b) Hrærið rjómanum út í og hitið aftur í nokkrar mínútur, kryddið síðan með salti, aðeins einu eða tveimur af cayenne-korni og aðeins einum dropa af sítrónusafa.

c) Hrærið maíssterkjublöndunni saman við og hitið við meðalhita þar til hún þykknar. Það ætti að þykkna um leið og brúnirnar byrja að kúla. Þar sem krem getur verið mismunandi að þykkt er engin leið til að vita nákvæmlega hversu mikla maíssterkju þú þarft.

d) Þegar það er nógu þykkt skaltu láta blönduna vera við stofuhita til að kólna. Það mun þykkna enn frekar þegar það kólnar. Þú vilt þykkt smurhæft samkvæmni.

e) Leggið allt brauðið út og penslið 1 hlið af hverri sneið mjög létt með smjörinu. Snúðu þeim öllum við, stráðu síðan hvítlauknum yfir 4 þeirra. Toppið með sneiðum af pecorino, nokkrum af sveppum úr sósunni og stráð af parmesan.

f) Dreifið sveppasósunni þykkt á hina 4 brauðbitana (smjörlausa hliðina). Lokaðu samlokunum vel. Smurðar hliðarnar verða að utan.

g) Hitið þunga pönnu sem ekki er stafur yfir miðlungs lágan hita. Bætið samlokunum út í, 1 eða 2 í einu, allt eftir stærð pönnunnar og þyngdið þær með aþung steikarpönnu).

h) Eldið þar til brauðið er gullið og léttbrúnt á stöðum, yndislega stökkt og osturinn er farinn að leka. Snúið við og endurtakið þar til önnur hliðin er jafn gyllt og stökk og sú fyrri, bætið söxuðum hvítlauknum út á pönnuna síðustu mínútuna eða svo af eldun. Osturinn ætti að vera rennandi núna, nokkrir bitar leka út og létt stökkir í brúninni á skorpunni.

i) Setjið á disk, skerið í tvennt eða fernt og stráið graslauk yfir diskinn. Borðaðu strax. Það er fátt eins soðið og kalt grillað ostasamloka.

48. sikileyskaSizzled osturmeð Kapers& Þistilhjörtur

ÞJÓNAR 4

Hráefni:

- 4—6 marineruð þistilhjörtu, skorin í sneiðar
- 4 þykkar sneiðar sveitabrauð, ýmist sætt eða súrdeig
- 12 aura provolone, mozzarella, manouri eða annar mildur og bráðnandi ostur, rifinn
- 2 matskeiðar extra virgin ólífuolía
- 4 hvítlauksgeirar, mjög þunnar sneiðar eða saxaðir
- Um 2 matskeiðar rauðvínsedik
- 1 msk kapers í saltlegi, tæmd
- 1 tsk mulið þurrkað oregano
- Nokkrar mala svartur pipar
- 1—2 tsk söxuð fersk flatblaða steinselja

Leiðbeiningar

a) Forhitið grillið.
b) Raðið ætiþistlunum á brauðið og setjið á bökunarplötu og setjið síðan ostinn yfir.
c) Hitið ólífuolíuna á miðlungsháum hita í þungri nonstick pönnu, bætið síðan hvítlauknum út í og brúnið létt. Bætið rauðvínsediki, kapers, oregano og svörtum pipar út í og eldið í eina eða tvær mínútur, eða þar til vökvinn minnkar í um það bil 2 teskeiðar. Hrærið steinseljunni saman við. Skeið yfir ostabrauðið.
d) Steikið þar til osturinn bráðnar, loftbólur og verður gullinn í blettum. Borðaðu strax.

49. Hörpu& Pestó samloka

ÞJÓNAR 4

Hráefni:

- Tvær 4 til 5 aura beinlausar roðlausar kjúklingabringur eða kótilettur af svínakjöti, kalkúni eða kálfakjöti
- Salt
- Svartur pipar
- 2 matskeiðar extra virgin ólífuolía, skipt
- 3 hvítlauksgeirar, saxaðir, skipt
- 2 kúrbít, mjög þunnar sneiðar og þurrkaðir
- 2 matskeiðar basil pestó, eða eftir smekk
- 2 matskeiðar rifinn parmesan, grana eða locatelli Romano ostur
- 4 mjúkar súrdeigsrúllur, eða fjórar 6 tommu stykki af focaccia, helmingaðar
- 8—10 aura mozzarella, innlend eða dansk fontina, eða Jack ostur, sneið

Leiðbeiningar

a) Berið kjötið með kjöthamri; ef það er þykkt, skerið kjúklinginn í mjög þunna bita. Stráið salti og pipar yfir.

b) Hitið þunga pönnu yfir meðalháan hita, bætið síðan 1 matskeið af olíunni, kjötinu og að lokum um helmingnum af hvítlauknum út í. Brúnið kjötið fljótt á annarri hliðinni, síðan hina, takið síðan af pönnunni og hellið einhverju af safa og hvítlauk yfir kjötið.

c) Setjið pönnuna aftur á miðlungsháan hita og bætið við annarri teskeið eða svo af olíunni. Steikið kúrbítinn þar til hann er rétt mjúkur. Fjarlægðu í skál; kryddið með salti og pipar. Þegar það er orðið kalt skaltu hræra afganginum af hvítlauknum, pestóinu og parmesan ostinum saman við. Látið blönduna kólna í skál; skola og þurrka pönnuna.

d) Með fingrunum skaltu rífa út smávegis af loftkenndu innri hverri rúllu til að rýma fyrir fyllingunni. Hitið aftur pönnuna yfir miðlungs hátt og ristið létt ristuðu hliðarnar á hverri rúllu. Þú verður að ýta aðeins á þá; þeir rifna kannski smá, en það er allt í lagi. Þeir munu fara saman aftur þegar þeir eru brúnaðir og pressaðir með fyllinguna á sínum stað.

e) Setjið nokkrar matskeiðar af kúrbíts-pestóblöndunni í helming hverrar rúllu, settu síðan lag af kjötinu og mozzarella yfir. Lokaðu og þrýstu þétt saman til að loka vel.

f) Penslið olíuna sem eftir er utan á samlokurnar. Hitið pönnuna aftur yfir meðalháum hita. Þyngd samlokurtil að hjálpa til við að þrýsta þeim niður og halda þeim saman. Lækkið hitann í miðlungs-lágan og eldið þar til fyrri hliðin er stökk og gullin og osturinn byrjar að bráðna. Snúið við og endurtakið.

g) Berið fram þegar samlokurnar eru orðnar gylltar og osturinn bráðnar tælandi.

50. Quesadillas, Piadine & Pita samlokur

ÞJÓNAR4

Hráefni:

- 12 aura fersk geit3 hvítlauksgeirar, saxaðir
- Um það bil 1 tommu stykki ferskt engifer, gróft saxað (um 2 teskeiðar)
- 3—4 matskeiðar grófsöxuð fersk myntulauf
- 3—4 matskeiðar gróft saxað ferskt kóríander
- 3 matskeiðar hrein jógúrt
- ½ tsk sykur, eða eftir smekk Stór klípa af salti
- Nokkrir góðir hristingar af Tabasco eða annarri heitri sósu, eða ½ ferskt chili, saxað
- 8 hveiti tortillur
- Ostur með börki eins og Lezay eða Montrachet, sneiddur ½ til ¾ tommu þykkur
- Ólífuolía til að pensla tortillur

Leiðbeiningar

a) Maukið hvítlaukinn með engiferinu í matvinnsluvél eða blandara og bætið svo myntu, kóríander, jógúrt, sykri, salti og heitri sósu út í. Hrærið þar til það myndar grænt, örlítið þykkt deig.

b) Leggðu út 4 tortillur og dreifðu þeim fyrst með kóríander-myntublöndunni, síðan lagi af geitaostinum og toppið með hinum tortillunum.

c) Penslið létt utan á hverja samloku með ólífuolíu og eldið, eina í einu, á þungri ál pönnu við meðalhita. Brúnið nokkrar mínútur, þar til þær eru léttgylltar í blettum, þrýstið aðeins niður á þær með spaðanum þegar þær eldast.

d) Snúið varlega við með því að nota spaðann; þegar önnur hliðin er brún og gyllt, ætti osturinn að vera bræddur. Takið af pönnunni og skerið í báta.

e) Berið fram strax.

51. Mozzarella, Basil Piadine

ÞJÓNAR 4

Hráefni:

- 4 piadín eða miðlungs (12 tommu) hveiti tortillur
- 3—4 matskeiðar tómatmauk
- 1 stór þroskaður tómatur, þunnt skorinn
- 1—2 hvítlauksgeirar, saxaðir
- 4—6 aura ferskur mozzarellaostur, skorinn í sneiðar
- Um það bil 12 lauf taílensk eða víetnamsk basilíka (eða venjuleg basilíka)
- Um 3 aura Gorgonzola ostur, sneiddur eða mulinn
- 2—3 matskeiðar nýrifinn parmesan eða annar ostur sem er rifinn eins og Asiago eða grana
- Extra virgin ólífuolía til að drekka

Leiðbeiningar

a) Forhitið grillið.
b) Leggðu piadine út á 1 eða 2 bökunarplötur og dreifðu þeim með smá af tómatmaukinu, settu síðan lítið magn af tómötunum yfir og stráðu hvítlauknum yfir. Toppið með mozzarella, basil og gorgonzola, stráið parmesan yfir og dreypið síðan ólífuolíu yfir.
c) Steikið, vinnið í lotum ef nauðsyn krefur, þar til osturinn bráðnar og samlokurnar eru sjóðandi heitar. Berið fram strax.

52. Quesadillas á Pumpkin Tortillas

ÞJÓNAR4

Hráefni:

- 2 stórir mildir grænir chili eins og Anaheim eða poblano, eða 2 grænar paprikur
- 1 laukur, saxaður
- 2 hvítlauksgeirar, saxaðir
- 1 matskeið extra virgin ólífuolía
- 1 pund magurt nautahakk
- $1/8$–$\frac{1}{4}$ teskeið malaður kanill, eða eftir smekk
- $\frac{1}{4}$ tsk malað kúmen Klípa af möluðum negul eða kryddjurtum
- $1/3$ bolli þurrt sherry, eða þurrt rauðvín
- $\frac{1}{4}$ bolli rúsínur
- 2 matskeiðar tómatmauk
- 2 matskeiðar sykur
- Nokkrir hristingar af rauðvíni eða sherryediki
- Salt
- Svartur pipar

- Nokkrir hristingar af cayenne, eða Tabasco ef þú notar papriku í stað chiles
- ¼ bolli gróft saxaðar möndlur
- 2-3 matskeiðar gróft saxað ferskt kóríander, auk auka til að skreyta
- 8 grasker tortillur
- 6-8 aura mildur ostur eins og Jack, manchego eða Mezzo Secco
- Ólífuolía til að pensla tortillur
- Um 2 matskeiðar sýrður rjómi til skrauts

Leiðbeiningar

a) Ristið chili eða papriku yfir opnum loga þar til þau eru létt og jafnt kulnuð yfir allt. Setjið í plastpoka eða skál og lokið. Setjið til hliðar í að minnsta kosti 30 mínútur, þar sem gufan hjálpar að skilja skinnið frá holdinu.

b) Undirbúið picadillo: Steikið laukinn og hvítlaukinn í ólífuolíunni við meðalhita þar til það er mjúkt, bætið síðan nautakjötinu út í og eldið saman, hrærið og brjótið kjötið í sundur. Þegar kjötið er brúnt í blettum, stráið kanil, kúmeni og negul yfir og haltu áfram að elda og hræra.

c) Bætið við sherry, rúsínum, tómatmauki, sykri og ediki. Eldið saman í um það bil 15 mínútur, hrærið öðru hvoru; ef það virðist þurrt skaltu bæta við smá vatni eða meira sherry. Kryddið með salti, pipar og cayenne og stillið sykri og ediki eftir smekk. Bætið möndlunum og kóríander út í og setjið til hliðar.

d) Fjarlægðu hýði, stilka og fræ af paprikunni og skerðu paprikuna í strimla.

e) Leggðu út 4 af tortillunum og dreifðu með picadillo. Bætið ristuðu piparstrimlunum út í, síðan lagi af ostinum og toppið hverja með annarri tortillu. Þrýstu þétt niður til að halda þeim saman.

f) Hitið þunga pönnu sem ekki er stafur yfir meðalháum hita. Penslið quesadillasurnar að utan létt með ólífuolíu og bætið þeim á pönnuna, vinnið í lotum.

g) Lækkið hitann í miðlungs-lágan, brúnið á annarri hliðinni, snúið síðan varlega við með því að nota spaðann með leiðsögn frá hendinni ef þarf. Eldið á annarri hliðinni þar til hann er gullinn í blettum og osturinn er bráðinn.

h) Berið fram strax, skorið í báta, skreytt með klút af sýrðum rjóma og kóríander.

53. Pepperoni, Provolone & Pecorino Pita!

ÞJÓNAR 4

Hráefni:

- 4 pítur
- ½ bolli ristuð, afhýdd og niðurskorin rauð og/eða gul paprika
- 2 hvítlauksgeirar, saxaðir
- 4 aura pepperoni, þunnt sneið
- 4 aura provolone ostur, skorinn í teninga
- 2 matskeiðar nýrifinn pecorino ostur
- 4 ítalskar eða grískar súrsaðar paprikur eins og pepperoncini, þunnar sneiðar
- Ólífuolía til að pensla pítu

Leiðbeiningar

a) Skerið 1 hlið af hverri pítu og opnið þá til að mynda vasa.

b) Leggðu papriku, hvítlauk, pepperoni, provolone, pecorino og papriku í hverja pítu og þrýstu til að loka. Penslið utanverðið létt með ólífuolíu.

c) Hitið þunga pönnu sem ekki er stafur yfir meðalháum hita eða notaðu samlokuvél eða panini pressu. Setjið samlokurnar á pönnuna.

d) Lækkið hitann í lágmark og þyngdiðsamlokur niður, þrýstið á þegar þið brúnið þær. Eldið aðeins þar til osturinn bráðnar; þú vilt ekki að ostarnir brúnist og stökkir, einfaldlega til að halda öllum fyllingunum saman.

e) Berið fram strax.

54. Grillaðar sauðaostar Quesadillas

ÞJÓNAR4

Hráefni:

- 8 stórar hveiti tortillur
- 1 matskeið saxað ferskt estragon
- 2 stórir þroskaðir tómatar, þunnar sneiðar
- 8—10 aura örlítið þurr kindaostur
- Ólífuolía, til að pensla tortillur

Leiðbeiningar

a) Leggið tortillurnar á vinnuborð, stráið estragon yfir og setjið tómatana yfir. Toppið með ostinum og hyljið hvern með annarri tortillu.
b) Penslið hverja samloku með ólífuolíu og hitið þunga pönnu eða flatt grill yfir miðlungshita. Vinnið 1 í einu, eldið quesadilla á annarri hliðinni; þegar hann er léttbrúnn og osturinn er að bráðna, snúið honum við og eldið seinni hliðina, þrýstið á meðan hann eldar til að fletja hann út.
c) Berið fram strax, skorið í báta.

55. Grillaður cheddar, chutney og pylsa

ÞJÓNAR 4

Hráefni:

- 1—2 bragðmiklar kryddaðar pylsur, skornar á ská
- 4 heilhveiti pítur, vasarnir opnaðir
- 3—4 matskeiðar sætt og kryddað mangóchutney
- 2 matskeiðar saxaður ferskur kóríander
- 6—8 aura þroskaður Cheddar ostur, gróft rifinn
- 1 matskeið ólífuolía til að pensla brauð
- 3 msk ristuð sólblómafræ með afhýði

Leiðbeiningar

a) Brúnið niðursneiddar pylsurnar á pönnu við meðalhita. Settu þau til hliðar til að renna af á pappírshandklæði.

b) Raðið pítunum á vinnuborð. Dreifið 1 helmingnum af innanverðu með chutneyinu, bætið svo pylsunni, kóríander og loks ostinum út í. Þrýstu létt til að loka og penslið utan með ólífuolíu.

c) Hitið þunga pönnu sem ekki er stafur yfir meðalháum hita eða notaðu panini pressu. Bætið fylltu pítunum út í og þrýstið létt á; minnka hitann í miðlungs eða jafnvel miðlungs lágan. Eldið á 1 hlið þar til létt gullna í blettum og osturinn er að bráðna; snúið við og brúnið létt á annarri hliðinni. Þegar osturinn er bráðinn er hann tekinn af pönnunni.

d) Berið fram strax, stráið sólblómafræjum yfir, og bjóðið til viðbótar chutney til hliðar til að þvo.

56. Prosciutto & Taleggio með fíkjum á Mesclun

ÞJÓNAR 4

Hráefni:

- 8 örþunnar sneiðar af súrdeigsbrauði eða baguette
- 3 matskeiðar extra virgin ólífuolía, skipt
- 3—4 aura prosciutto, skorinn í 8 sneiðar
- 8 aura þroskaður Taleggio ostur, skorinn í átta $\frac{1}{4}$ tommu þykka bita
- 4 stórar handfyllingar af salat vorblöndu (mesclun)
- 2 matskeiðar saxaður ferskur graslaukur
- 2 matskeiðar saxaður ferskur kirtill
- 1 msk ferskur sítrónusafi Salt
- Svartur pipar
- 6 þroskaðar svartar fíkjur, skornar í fjórða
- 1—2 tsk balsamik edik

Leiðbeiningar

a) Penslið brauðið létt með örlitlu magni af ólífuolíu og raðið á bökunarplötu. 2 Forhitið ofninn í 400°F. Settu brauðin á efstu grind og bakaðu í um það bil 5 mínútur, eða þar til þau eru rétt farin að verða stökk. Takið út og látið kólna, um það bil 10 mínútur.

b) Þegar það er kalt skaltu vefja prosciutto sneiðunum utan um Taleggio sneiðarnar og setja hverja þeirra ofan á brauðstykki. Taktu til hliðar augnablik á meðan þú útbýr salatið.

c) Blandið grænmetinu saman við um 1 matskeið af ólífuolíu, graslauknum og kervelnum, blandið síðan saman við sítrónusafann, salti og pipar eftir smekk. Raðið á 4 diska og skreytið með fíkjufjórðungunum.

d) Penslið toppana af prosciutto pakkningunum með afganginum af ólífuolíunni, setjið síðan í stóra ofnfasta pönnu og bakið í 5 til 7 mínútur, eða þar til osturinn byrjar að leka og prosciuttoinn stökkur í kringum brúnirnar.

e) Fjarlægðu pakkana fljótt og raðaðu á hvert salat, hristu síðan balsamikedikið á heita pönnuna. Snúðu því svo að það hitni og helltu því síðan yfir salötin og ristað brauð. Berið fram strax.

57. Fontinameð Arugula, Mizuna & Perur

ÞJÓNAR 4

Hráefni:

- 8 sneiðar súrdeigsbrauð Um 6 aura bresaola, þunnar sneiðar
- 6-8 aura hnetukenndur, bragðmikill, bráðnandi ostur eins og fontina, Jarlsberg eða Emmentaler
- Um það bil 4 bollar blönduð rúlla og mizuna, eða annað mjúkt grænmeti eins og vorblanda
- 2 þroskaðar en stífar perur, þunnar sneiðar eða þunnar, settar út í smá sítrónusafa til að koma í veg fyrir að þær brúnist
- 1 skalottlaukur, saxaður
- 1 matskeið balsamik edik
- 2 matskeiðar extra virgin ólífuolía, auk meira til að bursta salt
- Svartur pipar

Leiðbeiningar

a) Raðið 4 bitum af brauðinu á vinnuborð og leggið bresaola á aðra hliðina, setjið síðan ostinn yfir og endið með því að setja hinar súrdeigssneiðarnar ofan á. Þrýstið létt en þétt saman til að loka.
b) Á meðan blandarðu grænmetinu í skál saman við sneiðar perurnar. Setja til hliðar.
c) Blandið skalottlaukanum saman við balsamikedikið og 2 matskeiðar af ólífuolíu í lítilli skál, kryddið síðan með salti og pipar eftir smekk. Setja til hliðar.
d) Penslið samlokurnar með litlu magni af ólífuolíu. Hitið samlokupressu eða þunga pönnu sem er ekki stafur yfir miðlungsháan hita og setjið síðan samlokurnar á pönnuna. Þú þarft líklega að gera þetta í 2 lotum. Þyngdu samlokurnar. Eldið þar til brauðið er stökkt og gullið, snúið því við og endurtakið á annarri hliðinni, þar til osturinn er bráðinn.
e) Rétt áður en samlokur eru tilbúnar skaltu henda salatinu með dressingunni. Dreifið salatinu á 4 diska. Þegar samlokurnar eru tilbúnar, takið þá

af pönnunni, skerið í fernt og setjið 4 á hvern salatdisk.

f) Berið fram strax.

58. Chèvre samlokurí salati

ÞJÓNAR 4

Hráefni:

- Um ½ 2 baguette, skorið í 12 ská sneiðar um ½ tommu þykkar

- 2 matskeiðar extra virgin ólífuolía, eða eftir þörfum

- 3 aura geitaostur með börki, eins og Lezay, sneiddur ¼- til ½ tommu þykkur

- Rík klípa af þurrkuðum eða ferskum timjanlaufum

- Svartur pipar

- 1 msk rauðvínsedik, skipt

- Um 6 bollar blandað grænmeti, eins og vorblanda, þar á meðal smá af ungum frisée og rucola

- 2 matskeiðar saxuð fersk steinselja, graslaukur, kirtill eða samsetning

- 1 matskeið valhnetuolía

- ¼ bolli valhnetubitar

Leiðbeiningar

a) Forhitið grillið.
b) Penslið baguette sneiðarnar með smá af ólífuolíu, setjið þær síðan á bökunarplötu og steikið í um það bil 5 mínútur, eða þar til þær eru aðeins gullnar á annarri hliðinni. Fjarlægðu úr kálinu.
c) Snúið ristuðu brauðinu við og setjið sneið eða 2 af geitaostinum á óristuðu hliðarnar. Magnið sem þú notar fyrir hverja samloku fer eftir því hversu stórar baguette sneiðar þínar eru. Dreifið toppunum með örlitlu af ólífuolíu, stráið timjan og svörtum pipar yfir og hristið síðan nokkra dropa af ediki yfir ostana.
d) Á meðan skaltu henda salatinu með söxuðum kryddjurtum og dressa með valhnetuolíunni og afganginum af ólífuolíu og ediki og stökkva valhnetubitunum yfir. Raðið á 4 stóra diska eða í grunnum súpuskálum.
e) Setjið ristað brauð með geitaosti undir grillið og steikið í um það bil 5 mínútur, eða þar til osturinn er mýktur og toppurinn rétt byrjar að kúla á stöðum, liturinn á ostinum er gullinbrúnn.
f) Setjið strax 3 heitar geitaostasamlokur ofan á klædda salatið á hvern disk og berið fram strax.

59.   Sizzled Halloumi samlokurmeð Lime

ÞJÓNAR 4

Hráefni:

- 1 höfuðsmjör eða Boston Bibb salat, snyrt og skipt í lauf
- 1 mildur hvítlaukur, afhýddur og þunnt skorinn þversum
- 4 matskeiðar extra virgin ólífuolía, skipt
- 1 tsk hvítvínsedik
- 3 stórir þroskaðir tómatar, skornir í báta
- Salt
- Svartur pipar
- ½ baguette, skorið í 12 ská sneiðar um ½ tommu þykkar
- 12 aura halloumi, sneið um ½ tommu þykkt
- 2 límónur, skornar í báta (eða um það bil 2 msk ferskur lime safi) Klípa þurrkað oregano

Leiðbeiningar

a) Forhitið grillið.
b) Í stórri skál, blandið saman salatinu og lauknum, klæddu síðan með um það bil 2 matskeiðar af ólífuolíu og ediki. Skiptið á 4 diska, skreytið síðan hvern með tómatbátum; stráið salötum yfir salti og pipar og setjið til hliðar.
c) Penslið baguette sneiðarnar með smá af ólífuolíu, leggið á bökunarplötu og steikið létt á báðum hliðum. Setja til hliðar.
d) Raðið halloumi á bökunarplötu og penslið með smá ólífuolíu. Steikið á annarri hliðinni þar til það er brúnt í blettum, fjarlægðu síðan. Snúið hverri ostsneið við og setjið ofan á ristað brauð, penslið síðan með ólífuolíu aftur og setjið aftur í grillið. Steikið þar til það er heitt og létt brúnt í blettum.
e) Setjið 3 heitt halloumi-toppað brauð á hvert salat, kreistið límónusafa yfir halloumiið og látið renna smávegis ofan á salötin. Stráið oregano yfir og berið fram.

60. TrufflaðurRistað brauð&Ruccola salat

ÞJÓNAR4

Hráefni:

- 4 nokkuð þykkar sneiðar pain au levain, hver sneið í fjórða

- Um það bil 2 tsk truffluolía, eða eftir smekk (bragðið af mismunandi truffluolíu hefur tilhneigingu til að vera mjög mismunandi)

- 2 þroskaðir St. Marcellin ostar (um 2 ½ aura hver)

- Klípa af salti

- Um það bil 8 aura ungt arugula lauf (um það bil 4 bollar lauslega pakkað)

- 2 matskeiðar extra virgin ólífuolía Nokkrir hristingar af sherry-ediki

Leiðbeiningar

a) Forhitið ofninn í 400°F.

b) Raðið pain au levain bitunum á ofnplötu og ristið létt í ofni á báðum hliðum. Takið úr ofninum og stráið smá af truffluolíu yfir hvern og einn, setjið síðan um 1 matskeið af St. Marcellin ostinum ofan á hvert ristað brauð.

c) Stráið ostinum létt yfir með klípu af salti. Farið aftur í ofninn í nokkur augnablik.

d) Á meðan er rúllubollunni raðað á 4 plötur. Hristið yfir hvern disk smá af ólífuolíu, smá af truffluolíu og nokkrum dropum hér og þar af sherry-ediki. Ekki henda, láttu dropana einfaldlega liggja á diskunum.

e) Fjarlægðu ostabrauðið úr ofninum eftir aðeins 30 til 45 sekúndur. Þú vilt ekki að osturinn bráðni alveg eða síast og verði feitur; þú vilt að það verði einfaldlega svolítið heitt og rjómakennt.

f) Setjið 4 heit ristað brauð á hvern salatdisk og berið fram strax.

61. Ristað brauð með jarðarberjum og rjómaosti

ÞJÓNAR 4

Hráefni:

- 8 meðalþykkar sneiðar mjúkt, sætt hvítt brauð, eins og challah eða brioche
- 8-12 matskeiðar (um 8 aura) rjómaostur (fitulítill er í lagi)
- Um það bil ½ bolli jarðaberjakonur
- 1 bolli (um 10 aura) sneið jarðarber
- 2 stór egg, létt þeytt
- 1 eggjarauða
- Um það bil ½ bolli mjólk (fitulítil er í lagi)
- Dásamlegur vanilluþykkni
- Sykur
- 2—4 matskeiðar ósaltað smjör
- ½ tsk ferskur sítrónusafi
- ½ bolli sýrður rjómi
- Nokkrir greinar fersk mynta, þunnar sneiðar

Leiðbeiningar

a) Smyrjið 4 sneiðar af brauðinu þykkt með rjómaostinum, mjókkið aðeins til hliðanna svo rjómaosturinn síast ekki út í eldamennskunni, dreifið svo hinum 4 brauðsneiðunum með soðinu.
b) Dreifið léttu lagi af jarðarberjum yfir rjómaostinn.
c) Toppið hvern bita af ostabrauði með ostabrauðsbita. Þrýstu varlega en þétt til að loka.
d) Blandið saman eggjum, eggjarauðu, mjólk, vanilluþykkni og um 1 matskeið af sykri í grunnri skál.
e) Hitið þunga pönnu sem ekki er stafur yfir meðalháum hita. Bætið smjörinu út í. Dýfðu hverri samloku, einni í einu, í skálina með mjólkinni og egginu. Látið það liggja í bleyti eftir augnablik eða 2, snúið svo við og endurtakið.
f) Settu samlokurnar á heita pönnuna með bræddu smjöri og leyfðu þeim að eldast til gullbrúnar. Snúið við og brúnið seinni hliðarnar létt.
g) Á meðan skaltu blanda afganginum af jarðarberjunum saman við sykur eftir smekk og sítrónusafanum.

h) Berið fram hverja samloku um leið og hún er tilbúin, skreytt með skeið eða 2 af jarðarberjunum og ögn af sýrða rjómanum.
i) Stráið þeim líka smá af myntunni yfir.

62. BrauðbúðingurSamlokur

ÞJÓNAR 4

Hráefni:

- ¾ bolli pakkaður ljós púðursykur
- ¼ bolli sykur, skipt
- 5—6 negull
- 1/8 tsk malaður kanill, auk auka til að hrista ofan á
- 1 stórt títt epli eins og Granny Smith, óafhýðið og skorið í þunnar sneiðar
- ¼ bolli rúsínur
- ½ tsk vanilluþykkni
- 8 þykkar (¾- til 1 tommu) sneiðar franskbrauð, helst gamaldags
- 6-8 aura mildur bráðnandi ostur eins og Jack, eða mjög mildur hvítur Cheddar, sneiddur
- ½ bolli þeyttar möndlur eða furuhnetur
- Um 3 matskeiðar smjör
- 1 matskeið ólífuolía

Leiðbeiningar

a) Í þykkbotna potti, blandaðu púðursykrinum saman við 2 matskeiðar af sykri, negulnöglum og kanil. Bætið 2 bollum af vatni út í og hrærið til að blanda vel saman.

b) Setjið yfir meðalháan hita og látið suðuna koma upp, lækkið síðan hitann niður í miðlungs-lágan, þar til vökvinn myndar létt sjóðandi krauma. Eldið í 15 mínútur, eða þar til það myndar síróp. Bætið við eplasneiðunum og rúsínunum og eldið síðan í 5 mínútur í viðbót. Takið af hellunni og bætið vanillu út í.

c) Araða brauðsneiðunum á vinnuborð. Hellið heitu sírópi yfir hvern brauðbita, nokkrar matskeiðar á stykki. Snúið hverju stykki varlega við og hellið heitu sírópi yfir hinar hliðarnar. Látið standa í um 30 mínútur.

d) Setjið aðeins meira síróp á brauðið, aftur um eina matskeið eða svo á hverja brauðsneið. Brauðið verður frekar mjúkt og það er hætta á að það fari í sundur þar sem það dregur í sig sæta sírópið, svo farðu varlega þegar þú meðhöndlar það. Skildu eftir 15 mínútur í viðbót eða svo.

e) Settu eina ostsneið ofan á 4 sneiðar af bleytu brauðinu. Toppið hvern með um ¼ af eplum, rúsínum og möndlum (geymið eitthvað til enda). Toppið með brauðsneiðunum sem eftir eru til að mynda 4 samlokur. Þrýstu saman.
f) Hitið þunga pönnu yfir miðlungsháan hita og bætið síðan við um 1 matskeið af hvorri af smjöri og ólífuolíu. Þegar smjör freyðir og brúnast skaltu bæta samlokunum við. Lækkið hitann í miðlungs og eldið, þrýstið varlega með spaðanum. Stilltu hitann þegar samlokurnar brúnast, lækkaðu hann eftir þörfum til að sykur í sírópinu brúnist en brenni ekki.
g) Snúið samlokunum nokkrum sinnum, bætið meira smjöri á pönnuna og passið að samlokurnar falli ekki í sundur þegar þið snúið þeim. Þrýstið öðru hvoru þar til samlokurnar eru brúnaðar og stökkar að utan og osturinn bráðnaður.
h) Mínútu eða 2 áður en þær ná þessu ástandi skaltu henda afganginum af möndlunum á pönnuna og láta þær ristast létt og brúnast. Stráið samlokunum og möndlunum af hinum 2 msk sykri yfir.
i) Berið fram strax, hverri samloku stráð með ristuðu möndlunum.

63. Korn- og ostaborgari

Afrakstur: 4 skammtar

Hráefni:

- 1½ bolli Sveppir, saxaðir
- ½ bolli Grænn laukur, saxaður
- 1 matskeið smjörlíki
- ½ bolli Höfrar, venjulegir
- ½ bolli Brún hrísgrjón, soðin
- ⅔ bolli Rifinn ostur, mozzarella
- Eða cheddar
- 3 matskeiðar Valhnetur, saxaðar
- 3 matskeiðar Kotasæla eða ricotta ostur
- Lág fita
- 2 stór egg
- 2 matskeiðar steinselja, söxuð
- Salt, pipar

Leiðbeiningar

a) Í 10 til 12 tommu nonstick steikarpönnu við miðlungshita, eldið sveppi og grænan lauk í smjörlíki þar til grænmetið er lint, um 6 mínútur. Bætið höfrum saman við og hrærið í 2 mínútur.

b) Takið af hitanum, látið kólna aðeins og hrærið síðan soðnum hrísgrjónum, osti, valhnetum, kotasælu, eggjum og steinselju saman við. Saltið og piprið eftir smekk. Á olíuborinni 12X15 tommu bökunarplötu mótið í 4 kökur, hver $\frac{1}{2}$ tommu þykk.

c) Steikið 3 tommur frá hita, snúið einu sinni, 6 til 7 mínútur alls. Berið fram á brauði með majó, laukhringum og salati.

64. Svartur angus hamborgari með cheddar osti

Afrakstur: 1 skammtur

Hráefni:

- 2 pund Angus nautahakk
- 3 Grillaðar poblano paprikur, fræhreinsaðar og; sneið í þriðju
- 6 sneiðar Gulur cheddarostur
- 6 hamborgararúllur
- Baby rautt eikarsalat
- Súrsaður rauðlaukur
- Poblano Pepper Vinaigrette
- Salt og nýmalaður svartur pipar

Leiðbeiningar

a) Búðu til viðar- eða kolaeld og láttu hann brenna niður í glóð.

b) Kryddið angus nautakjöt í stórri blöndunarskál með salti og pipar. Geymið í kæli þar til það er tilbúið til notkunar. Þegar það er tilbúið til notkunar, mótið í 1 tommu þykka diska.

c) Grillið í fimm mínútur á hvorri hlið fyrir medium rare. Síðustu fimm mínúturnar toppið með cheddar osti. Þegar búið er að grilla, setjið hamborgarann á annan helming rúllunnar og toppið með rauða eik, poblano papriku, vinaigrette og súrsuðum rauðlauk. Berið fram strax.

65. Grillaður amerískur ostur og tómatasamloka

Afrakstur: 4 skammtar

Hráefni:

- 8 sneiðar hvítt brauð
- Smjör
- Tilbúið sinnep
- 8 sneiðar amerískur ostur
- 8 sneiðar tómatar

Leiðbeiningar

a) Fyrir hverja samloku smyrjið 2 sneiðar af hvítu brauði. Dreifið smjörlausu hliðunum með tilbúnu sinnepi og setjið 2 sneiðar af amerískum osti og tvær sneiðar af tómötum á milli brauðsins, smurðar hliðarnar út.

b) Brúnið á pönnu á báðum hliðum eða grillið þar til osturinn bráðnar.

66. Grillað epli og ostur

Afrakstur: 2 skammtar

Hráefni:

- 1 lítið rautt Ljúffengt epli
- ½ bolli 1% fituskertur kotasæla
- 3 matskeiðar Fínt saxaður fjólublár laukur
- 2 súrdeigsmuffins, klofnar og ristaðar
- ¼ bolli Myldinn gráðostur

Leiðbeiningar

a) Kjarnið epli og skerið þvers og kruss í 4 (¼ tommu) hringi; setja til hliðar.

b) Blandið kotasælu og lauk saman í litla skál og hrærið vel. Smyrjið um 2-½ msk kotasælublöndu á hvern muffinshelming.

c) Toppið hvern muffinshelming með 1 epli; stráið muldum gráðosti jafnt yfir epli hringi. Setjið á bökunarplötu.

d) Steikið 3 tommur frá hita í 1-½ mínútu eða þar til gráðostur bráðnar.

67. Grillaðir eggaldin og ostapakkar

Afrakstur: 1 skammtur

Hráefni:

- 250 grömm barnaaubergín; skorið í sneiðar
- 4 matskeiðar Ólífuolía
- 250 grömm Harður geitaostur
- Rifinn börkur og safi úr 1 sítrónu
- 1 20 grömm fersk flatblaða steinselja; smátt saxað
- 1 15 grömm af basilíkublöð; rifið í sundur
- Salt og nýmalaður svartur pipar

Leiðbeiningar

a) Forhitið grillið í meðalhita.

b) Setjið eggaldinsneiðar á grillpönnu og penslið létt með 1-2 msk af olíunni. Eldið í 2-3 mínútur á hvorri hlið eða þar til þær eru gullinbrúnar og mjúkar. Látið kólna.

c) Í skál, blandið ostinum saman við sítrónubörkinn og safa og smá af steinselju og basil.

d) Setjið oststykki á eggaldinsneið. Rúllið upp og festið með kokteilstöng. Endurtaktu þetta ferli þar til öll innihaldsefnin eru notuð.

e) Setjið rúllurnar í skál, dreypið afganginum af olíunni yfir og stráið afganginum af kryddjurtunum yfir og kryddið.

68. Grillaðar gráðostasamlokur með valhnetum

Afrakstur: 1 skammtur

Hráefni:

- 1 bolli mulinn gráðostur; (um 8 aura)
- ½ bolli Fínt saxaðar ristaðar valhnetur
- 16 sneiðar Heilhveitibrauð; klippt í
- ; skorpulaus 3 tommu
- ; ferninga
- 16 litlir Kvistir
- 6 matskeiðar smjör; (3/4 stafur)

Leiðbeiningar

a) Skiptu osti og valhnetum jafnt á 8 brauðferninga. Toppið hvern með 2 vatnakarsakvistum.

b) Stráið pipar yfir og toppið með brauðferningunum sem eftir eru, sem gerir 8 samlokur alls. Þrýstið varlega saman til að festast. (Hægt að búa til 4 tímum fram í tímann. Lokið og kælið.)

c) Bræðið 3 matskeiðar smjör á stórri steikjandi pönnu eða pönnu við miðlungshita. Eldið 4 samlokur á pönnu þar til þær eru gullinbrúnar og osturinn bráðnar, um það bil 3 mínútur á hvorri hlið.

d) Flyttu yfir á skurðbretti. Endurtaktu með 3 msk smjöri sem eftir eru og 4 samlokur.

e) Skerið samlokur á ská í tvennt. Færið yfir á diska og berið fram.

69. Grillaður cheddar ostur og skinkusamlokur

Afrakstur: 1 skammtur

Hráefni:

- ¼ bolli (1/2 stafur) smjör; stofuhiti
- 1 matskeið Dijon sinnep
- 2 tsk Hakkað ferskt timjan
- 2 tsk Hakkað fersk steinselja
- 8 6x4 tommu sneiðar í sveitastíl; (um 1/2 tommu þykkt)
- ½ pund Cheddar ostur; þunnt sneið
- ¼ pund Þunnt sneið reykt skinka
- ½ lítill rauðlaukur; þunnt sneið
- 1 stór tómatur; þunnt sneið

Leiðbeiningar

a) Blandið fyrstu 4 hráefnunum saman í skál. Kryddið með salti og pipar. Raðið 4 brauðsneiðum á vinnuborðið.

b) Skiptu helmingnum af ostinum jafnt á milli brauðsneiða. Toppið með skinku, síðan lauk, tómötum og ostinum sem eftir er. Toppsamlokur með brauði sem eftir er. Smyrjið kryddjurtasmjöri utan á samlokutoppa og botna.

c) Hitið stóra nonstick pönnu yfir meðalhita. Bætið samlokum út í og eldið þar til botninn er gullinn, um það bil 3 mínútur. Snúið samlokunum við, setjið lok á pönnu og eldið þar til osturinn bráðnar og brauðið er gullið, um það bil 3 mínútur.

70. Veisla Grillaður ostur og beikon

Afrakstur: 100 skammtar

Hráefni:

- 12 pund beikon; sneið
- 5 3/16 pund ostur
- 2 punda smjörprentun örugglega
- 200 brauðsneiðar

Leiðbeiningar

a) Steikið beikon

b) Setjið 1 ostsneið og 2 beikonsneiðar á hverja samloku.

c) Penslið létt ofan og neðan á samlokur með smjöri eða smjörlíki.

d) Grillið þar til samlokurnar eru léttbrúnar á hvorri hlið og osturinn bráðinn.

71. Grilluð ostur bruschetta

Afrakstur: 4 skammtar

Hráefni:

- 8 (1/2 tommu) þykkar sneiðar af sveitabrauði
- ¼ bolli ólífuolía blandað saman við 4 mulinn hvítlauk
- 1 bolli Monterey Jack ostur, fínt rifinn
- 8 aura mjúkur geitaostur
- 2 matskeiðar Grófmalaður svartur pipar
- 2 matskeiðar Fínt saxað oregano

Leiðbeiningar

a) Forhitið grillið. Penslið hverja brauðsneið með hvítlauksolíu. Grillið, með olíuhliðinni niður þar til létt gullinbrúnt.

b) Snúðu hverri sneið við og settu 2 matskeiðar af Monterey Jack, 1 únsu af geitaosti, svörtum pipar og oregano yfir.

c) Grillið þar til osturinn byrjar að bráðna.

72. Grillaðir ostar gobblers

Afrakstur: 4 skammtar

Hráefni:

- 8 sneiðar Súrdeig eða fjölkorn
- Brauð
- ½ bolli trönuberjasósa
- 6 aura kalkúnn, soðin og sneið
- 4 aura Cheddar ostur, mildur eða
- Skarpt, þunnt sneið
- Smjör

Leiðbeiningar

a) Smyrjið 4 brauðsneiðum með trönuberjasósu; toppið með kalkúni, osti og brauðsneiðunum sem eftir eru.

b) Smyrjið létt utan á samlokur með smjöri; eldið á stórri pönnu við miðlungs lágan hita þar til það er brúnt á báðum hliðum.

73. Grillaður ostur í frönsku brauði

Afrakstur: 4 skammtar

Hráefni:

- 2 egg - þeytt
- ¼ bolli mjólk
- ¼ bolli þurrt sherry
- ¼ tsk Worcestershire sósa
- 8 sneiðar hvítt brauð eða heilhveitibrauð
- 4 sneiðar Cheddar ostur

Leiðbeiningar

a) Blandið saman eggjum, mjólk, sherry og Worcestershire í grunnri skál.

b) Settu saman 4 ostasamlokur, dýfðu síðan hverri í eggjablönduna og grillaðu rólega í smjöri, snúðu einu sinni til að fá báðar hliðar gullinbrúnar.

74. Grillað ostabrauð

Afrakstur: 10 skammtar

Hráefni:

- 1 pakki (3 oz.) rjómaostur; mýkt
- 2 matskeiðar Smjör eða smjörlíki; mýkt
- 1 bolli rifinn mozzarella ostur
- ¼ bolli Saxaður grænn laukur með toppum
- ½ tsk hvítlaukssalt
- 1 Brauð franskt brauð; sneið

Leiðbeiningar

a) Þeytið rjómaost og smjör í blöndunarskál. Bæta við osti, lauk og hvítlaukssalti; blandið vel saman. Smyrjið á báðar hliðar hverrar brauðsneiðar. Vefjið brauð inn í stórt stykki af þungum filmu; innsigla vel.

b) Grillið, þakið, yfir meðalgölum í 8-10 mínútur, snúið einu sinni. Taktu upp filmu; grillið 5 mínútum lengur.

75.   Grilluð ostasamlokubaka

Afrakstur: 4 skammtar

Hráefni:

- 1 egg
- 1 bolli Mjólk
- ¾ bolli hveiti
- 2½ bolli Meunster ostur - rifinn
- ½ tsk Salt
- 2 bollar skinka, mulið beikon --
- Hægelduðum
- ⅛ teskeið pipar
- Sveppir
- 1 tsk Oregano
- Paprika

Leiðbeiningar

a) Blandið saman eggi, hveiti, salti, pipar og helmingnum af mjólkinni í lítilli blöndunarskál.

b) Notaðu snúningsþeytara, þeytið þar til það er slétt. Bætið restinni af mjólkinni út í og þeytið þar til það hefur blandast vel saman. Hrærið $\frac{1}{2}$ af ostinum og skinkunni eða beikoninu út í og hellið í vel smurða 8 tommu bökuform eða 2 lítra bökunarform.

c) Bakið við 425F í 30 mínútur. Stráið restinni af ostinum yfir og bakið þar til osturinn er bráðinn (2 mínútur)

76. Grillaður ostur með ætiþistlum

Afrakstur: 4 skammtar

Hráefni:

- 2 tsk Dijon sinnep
- 8 aura samlokurúllur, (4 rúllur) skiptar og ristaðar
- ¾ únsa fitulausar amerískar ostsneiðar, (8 sneiðar)
- 1 bolli niðurskorin niðursoðin þistilhjörtu í sneiðum
- 1 tómatur, skorinn 1/4" þykkur
- 2 matskeiðar Olíulaus ítalsk dressing

Leiðbeiningar

a) Dreifið ½ tsk sinnepi á efsta helming hverrar rúllu; setja til hliðar.

b) Setjið neðri helminga af rúllum á bökunarplötu. Toppið hverja með 2 ostasneiðum, ¼ bolla sneiðum ætiþistli og 2 tómatsneiðum; dreypið hverri með 1-½ tsk dressingu. Steikið í 2 mínútur eða þar til osturinn bráðnar. Hyljið með toppum af rúllum. Afrakstur: 4 skammtar.

77.   Grillaður ostur með olivada

Afrakstur: 1 skammtur

Hráefni:

- 2 sneiðar hvítt eða eggjabrauð; (Challah)
- Lítið magn af majónesi
- Svissneskur ostur
- Þunnar sneiðar af þroskuðum tómötum
- Salt og pipar

Leiðbeiningar

a) Smyrjið hverri brauðsneið með olivada og smávegis af majónesi.

b) Settu eina eða tvær ostsneiðar á milli brauðanna, með eða án tómatsneiðar.

c) Steikið eða grillið samloku á hvorri hlið þar til osturinn hefur bráðnað.

78. Grillaður ostur með reyktum kalkún og avókadó

Afrakstur: 1 skammtur

Hráefni:

- 3 aura nýmjólkurmozzarella
- ½ Þroskað Kaliforníu avókadó
- 2 matskeiðar ósaltað smjör; mýkt
- 4 sneiðar Stíft pumpernickel
- 1 matskeið Dijon sinnep
- 6 aura Þunnt sneiddur reyktur kalkúnn
- Hægt að útbúa á 45 mínútum eða minna.

Leiðbeiningar

a) Smyrjið smjöri á aðra hliðina á hverri brauðsneið og snúið sneiðum við.

b) Smyrjið sinnepi á brauðsneiðar og toppið 2 sneiðar með mozzarella, avókadó og kalkún.

c) Kryddið kalkúninn með salti og pipar og toppið með 2 brauðsneiðum sem eftir eru, smurðar hliðarnar upp.

d) Hitið þunga pönnu yfir meðalhita þar til hún er heit en reyklaus og eldið samlokur þar til brauðið er stökkt og osturinn bráðinn, um $1\frac{1}{2}$ mínúta á hvorri hlið.

e) Berið fram samlokur með gúrkusalati.

79.   Grillaður kjúklingur á geitaostabrauði

Afrakstur: 1 skammtur

Hráefni:

- 125 grömm geitaostur
- 1 hvítlauksgeiri; mulið
- Hálf sítróna; ást af
- 50 grömm svartar ólífur; grýtt og saxað
- 1 kjúklingabringa
- Ólífuolía
- 1 sneið Sveitabrauð
- Nokkur flat steinseljublöð
- 1 lítill skallottur; sneið

Leiðbeiningar

a) Blandið saman fyrstu fjórum hráefnunum og setjið til hliðar.

b) Kryddið kjúklinginn, penslið hann með ólífuolíu og grillið í 6-8 mínútur á hvorri hlið eða þar til hann er eldaður.

c) Grillið brauðið og dreifið svo á ostablönduna. Skerið kjúklinginn í sneiðar og raðið ofan á.

d) Setjið að lokum steinselju og skalottlaukur í smá ólífuolíu og raðið ofan á.

80. Grillað ost-chippotle samloka

Afrakstur: 2 skammtar

Hráefni:

- 4 sneiðar Hvítt- eða hveitibrauð
- 2 tsk Maukað chipotle chiles
- 5 aura ostur - rifinn eða þunnt
- 1 þroskaður tómatur - sneiddur
- Rauðlaukur í þunnum sneiðum
- Cilantro lauf -- gróft
- Hakkað
- Mjúkt smjör

Leiðbeiningar

a) DREIÐU HVERT BRAUÐSTYKTI með þunnri hjúp af maukuðum chili, eða meira ef þér finnst samlokan þín mjög heit.

b) Hyljið neðstu sneiðina með lagi af osti, tómötum og lauksneiðum og eins miklu kóríander og þú vilt. Toppið með annarri brauðsneið og smjörið hana.

c) Setjið samloku, með smjörhliðinni niður, í steypujárnspönnu. Smyrjið líka smjöri ofan á brauðið og eldið samlokuna rólega.

d) Þegar botninn er gullinbrúnn skaltu snúa því við og elda á hinni hliðinni. Að hylja pönnu mun hjálpa til við að bræða ostinn þegar brauðið er stökkt og gullið.

e) Borðaðu strax.

83. Grillaðar tvöfaldar ostar með kjúklingabringum

Afrakstur: 4 skammtar

Hráefni:

- 3 aura Rjómaostur, mildaður
- ½ bolli mulinn gráðostur
- ¼ bolli Saxaðar valhnetur
- 3 matskeiðar graslaukur, skipt
- ¾ tsk pipar, skipt
- 8 Beinlausar, roðlausar kjúklingabringur
- ½ bolli smjör
- 1 hvítlauksgeiri, stór, saxaður

Leiðbeiningar

a) Blandið saman ostum, valhnetum, 1 msk graslauk og ¼ tsk pipar; setja til hliðar. Pundið kjúklingabringur jafnþykktar, um ¼ tommu.

b) Dreifðu um 1 matskeið ostablöndu í miðjuna á 4 helmingum kjúklingabringa, skildu eftir ½ tommu brún á öllum hliðum; geymdu afganginn af ostablöndunni.

c) Toppið með afgangnum af bringuhelmingunum.

d) Lokaðu brúnunum á öruggan hátt með því að slá með kjötpúðri. Blandið saman smjöri, hvítlauk, 2 msk graslauk og ½ tsk pipar í litlum potti. Hitið yfir miðlungs lágt þar til smjörið bráðnar. Takið af hitanum. Penslið kjúklinginn ríkulega með smjörblöndu.

e) Settu kjúklinginn á grillið yfir miðlungs kolum; grillið afhjúpað í 12 til 16 mínútur, snúið einu sinni eða þar til kjúklingurinn er eldaður í gegn og safinn rennur út.

f) Í lok eldunartímans, setjið ögn af ostablöndunni sem eftir er á hvern skammt. Berið fram strax.

84. Grillað nautaflök með gráðosti

Afrakstur: 4 skammtar

Hráefni:

- 3 til 4 aura gráðostur, mulinn
- 6 eggjarauður
- 1 tsk Emeril's Worcestershire
- Sósa
- Safi úr 1 sítrónu
- Salt og sprungið svart
- Pipar
- ½ bolli þungur rjómi
- 6 (8 aura) nautakjötsflök
- 2 matskeiðar Ólífuolía
- Kjarni
- 1½ pund Nýjar kartöflur, skornar í fjórða
- 1 stöng smjör (8 matskeiðar)
- teningur
- Salt, eftir smekk
- ½ bolli Þungur rjómi

- 1 pund stökkt beikon, saxað
- ½ bolli sýrður rjómi
- 3 bollar Emeril's Homemade Worcestershire sósu
- Fylgir
- 2 matskeiðar Saxaður grænn laukur

Leiðbeiningar

a) Maukið ostinn, eggjarauðurnar, Worcestershire sósuna og safa úr 1 sítrónu saman í matvinnsluvél með málmblaði þar til það er slétt, um það bil 2 mínútur. Kryddið með salti og pipar.

b) Með vélina í gangi, bætið ½ bollanum af rjóma rólega út í og blandið saman þar til flauelsmjúkt og rjómakennt.

c) Ef osturinn er ekki með borðalíka áferð, bætið þá við smá meiri rjóma. Kryddið báðar hliðar flökanna með 1 matskeið af ólífuolíu, salti og svörtum pipar. Hitið ólífuolíuna sem eftir er á stórri sautépönnu.

d) Þegar olían er orðin heit, steikið flökin í 2 mínútur á öllum hliðum. Fjarlægðu flökin af pönnunni og settu á bökunarpappírsklædda steikarpönnu.

e) Hellið ostinum yfir hvert flak. Setjið flökin í ofninn og bakið í 8 til 10 mínútur fyrir medium rare. Setjið kartöflurnar í pottinn og hyljið með vatni. Kryddið vatnið með salti. Látið suðuna koma upp í vökvanum og látið suðuna koma upp.

f) Eldið kartöflurnar þar til gaffallinn er mjúkur, um það bil 10 mínútur. Takið kartöflurnar af hellunni og látið renna af. Setjið kartöflurnar aftur á pönnuna.

g) Settu pönnuna aftur á eldavélina, yfir meðalhita, og hrærðu í kartöflunum í 1 mínútu, þetta mun fjarlægja allt umfram vatn úr kartöflunum. Bætið smjörinu og rjómanum út í. Kryddið með salti og pipar. Maukið kartöflurnar þar til þær eru örlítið sléttar. Brjótið beikonið og sýrðan rjóma saman við kartöflumúsina.

h) Kryddið kartöflurnar aftur ef þarf. Til að bera fram skaltu setja kartöflurnar í miðju hvers disks. Leggið flökin beint ofan á kartöflurnar. Hellið allri sósu sem eftir er af steikarpönnunni yfir hvert flak. Hellið Worcestershire sósunni yfir hvert flak. Skreytið með grænum lauk.

85. Grillaðar drauga- og graskersostasamlokur

Afrakstur: 16 skammtar

Hráefni:

- 16 sneiðar Hvítt eða heilhveitibrauð
- 8 sneiðar Hvítur ostur eins og Jack
- 4 stórar grófar svartar ólífur
- 8 sneiðar Cheddar ostur
- 1 dós Hakkaðar svartar ólífur
- 4 stórar grónar ólífur
- 12 pimento sneiðar

Leiðbeiningar

a) Þrýstið draugakökuskera niður í 1 brauðsneið. Rífið af og fargið umfram brauði í kringum skútuna; settu draugalaga brauðbita til hliðar. Endurtaktu með 7 brauðsneiðum til viðbótar. Skerið afganginn af brauðinu í graskersform á sama hátt með því að nota graskerskökuskera.

b) Ristaðu „drauga" og „grasker" undir káli þar til þau eru gullinbrún, um það bil 1 mínútu. Snúið við og endurtakið á hinni hliðinni.

c) Takið brauðið úr ofninum og setjið til hliðar. Notaðu draugakökuskera til að skera 8 draugaform úr hvítum ostasneiðum. Skerið tvö augngöt í hverja hvíta ostasneið með litlum beittum hníf. Gakktu úr skugga um að "augu" séu nógu stór til að vera opin þegar osturinn bráðnar. Skerið svartar ólífur í tvennt eftir endilöngu.

d) Settu á draugabrauðsneiðar þar sem augu drauganna fara. Setjið 1 draugalaga sneið hvítost á 1 draugabrauðssneið með augngötum yfir ólífur. Endurtaktu með afganginum af draugabrauði og hvítum osti.

e) Notaðu graskerskökuskera til að skera 8 graskerform úr appelsínuostasneiðum. Skerið 2 augngöt og munn í hverja ostasneið. Hyljið yfirborð graskerbrauðssneiðanna með söxuðum svörtum ólífum. Skerið grænar ólífur í tvennt eftir endilöngu.

f) Settu eina græna ólífusneið á stilkinn og klipptu hana til. Setjið appelsínuost ofan á brauð og ólífur. Settu pimentó sneiðar í munnholið fyrir munninn.

g) Setjið allar samlokur á ofnplötu og setjið undir grillið þar til osturinn er örlítið bráðinn, 1 til 2 mínútur. Gefur 16 samlokur.

86. Grillaður geitaostur í ferskum vínberjalaufum

Afrakstur: 16 skammtar

Hráefni:

- 16 stór ung fersk vínberjablöð
- (eða vínberjalauf pakkað í saltvatn)
- 1 pund krumma geitaostur eins og Montrachet
- ½ bolli Extra-virgin ólífuolía; plús
- 1 matskeið Extra-virgin ólífuolía
- Nýmalaður svartur pipar

Leiðbeiningar

a) Leggið fersk vínberjalauf í ísvatni í að minnsta kosti 30 mínútur. Þurrkaðu fyrir notkun. Skolið laufin sem eru pakkað í saltvatn, ef þau eru notuð, og þurrkið.

b) Maukið saman ost og 1 msk olíu. Setja til hliðar. Fjarlægðu stilkar af vínberjalaufum.

c) Hellið afganginum af ½ bolli olíu á grunnan disk. Dýfðu daufri undirhlið 1 blaðs í olíu. Settu laufblaðið með olíulituðu hliðinni upp á vinnuborðið. Setjið 1 msk ostablöndu í miðju laufblaðsins og kryddið með ríkulegri mala pipar.

d) Brjótið hliðar og efri og neðri enda laufblaðsins yfir ostinn til að gera ferning. Settu saumhliðina niður á hreina disk. Endurtaktu með blöðunum sem eftir eru.

e) Grillið yfir meðalheitum kolum, með saumhliðinni niður, þar til blöðin eru ekki lengur skærgræn og fallega skorin, um það bil 2 mínútur. Snúið við og grillið hina hliðina í um 2 mínútur. Eða steikið nálægt hitagjafa. Gefur 16 blöð.

87. Ítalskur grillaður ostur

Afrakstur: 4 skammtar

Hráefni:

- 4 sneiðar ítalskt brauð; 1 tommu þykkt
- 4 sneiðar Mozzarella ostur eða provolone ostur
- 3 egg
- ½ bolli Mjólk
- ¾ tsk ítalskt krydd
- ½ tsk hvítlaukssalt
- ⅔ bolli ítalskt kryddað brauðrasp

Leiðbeiningar

a) Skerið 3 tommu vasa í hverja brauðsneið; setjið sneið af osti í hvern vasa. Þeytið egg, mjólk, ítalskt krydd og hvítlaukssalt í skál; leggið brauð í bleyti í 2 mínútur á hvorri hlið. Húðað með brauðmylsnu.

b) Steikið á smurðri heitri pönnu þar til hann er gullinbrúnn á báðum hliðum.

88. Opin osta- og tómatsamloka

Afrakstur: 3 skammtar

- 3 sneiðar Lífrænt brauð í 1"-þykkum hringum
- 1 tómatur; sneið 1/2" þykkt
- 6 sneiðar Hvítur cheddarostur; skorið í þríhyrninga
- Salt; að smakka
- Nýmalaður svartur pipar; að smakka

Leiðbeiningar

a) Ristið brauðhringurnar í brauðrist. Setjið cheddar ost ofan á brauðhringina.

b) Ristið þær í ofni þar til osturinn hefur bráðnað.

c) Topp ostur með tómatsneiðum. Kryddið með salti og pipar eftir smekk. Berið fram. Gerir 3 opnar samlokur.

89. Súrdeig, tómatar, rauð- og gráðostur

Afrakstur: 4 skammtar

Hráefni:

- 1 stór rauður nautasteiktómatur; sneið
- 1 stór gulur nautasteiktómatur; sneið
- 1 stór rauður Bermúdalaukur; sneið
- ¼ bolli Ólífuolía
- 2 matskeiðar þurrt oregano
- Salt; að smakka
- Nýmalaður svartur pipar; að smakka
- 1 súrdeigssamlokubrauð; sneið
- Smjör; við stofuhita
- 2 matskeiðar ferskt rósmarín lauf; hakkað
- Nýsprunginn svartur pipar
- 1 lítið búnt rucola lauf; vel þvegið
- 8 aura gráðostur; molnaði

Leiðbeiningar

a) Penslið tómatana og lauksneiðarnar með olíu, stráið oregano yfir og kryddið með salti og pipar. Grillið grænmetið hratt á báðum hliðum þar til það er fallega kulnað. Ristið sneiðar af súrdeigi í brauðrist eða undir káli.

b) Smyrjið létt hjúp af mjúku smjöri á ristað brauð, stráið söxuðu rósmaríninu yfir smurt brauðið og stráið létt með svörtum pipar.

c) Búðu til samlokurnar með því að setja rucola lauf, grillaða tómata og lauk á helminginn af ristuðu súrdeigssneiðunum. Geymið ófyllt brauð fyrir toppana á samlokunum. Dreifið muldum gráðostinum ofan á grænmetið og látið samlokurnar fljótt renna undir grill.

d) Toppið með annarri sneið af ristuðu brauði og berið fram.

90. Portobello Po'Boys

Gerir 4 po'boys

Hráefni:

- 3 matskeiðar ólífuolía
- 4 Portobello sveppir, skolaðir létt, þurrkaðir og skornir í 1 tommu bita
- 1 tsk Cajun krydd
- Salt og nýmalaður svartur pipar
- 1/4 bolli vegan majónes
- 4 stökkar samlokurúllur, helmingaðar lárétt
- 4 sneiðar þroskaðir tómatar
- 1 1/2 bolli rifið romaine salat
- Tabasco sósa

Leiðbeiningar

a) Hitið olíuna yfir miðlungshita í stórri pönnu. Bætið sveppunum út í og eldið þar til þeir eru brúnir og mjúkir, um 8 mínútur.

b) Kryddið með Cajun kryddinu og salti og pipar eftir smekk. Setja til hliðar.

c) Dreifið majónesi á afskornar hliðar hverrar rúllu.

d) Setjið tómatsneið á botn hverrar rúllu, toppið með rifnu salati. Raðið sveppabitunum ofan á, stráið Tabasco yfir eftir smekk, toppið með hinum helmingnum af rúllunni og berið fram.

91. Sloppar Bulgur samlokur

Gerir 4 samlokur

Hráefni:

- 1¾ bollar vatn
- 1 bolli meðalmöl bulgur
- Salt
- 1 matskeið ólífuolía
- 1 lítill rauðlaukur, saxaður
- 1/2 meðal rauð paprika, söxuð
- (14,5 aura) dós muldir tómatar
- 1 matskeið sykur
- 1 matskeið gult eða kryddað brúnt sinnep
- 2 tsk sojasósa
- 1 tsk chili duft
- Nýmalaður svartur pipar
- 4 samlokurúllur, helmingaðar lárétt

Leiðbeiningar

a) Í stórum potti, láttu vatnið sjóða við háan hita. Hrærið bulgur út í og saltið vatnið létt. Lokið, takið af hitanum og setjið til hliðar þar til bulgur mýkist og vatnið er frásogast, um 20 mínútur.

b) Á meðan, í stórri pönnu, hitið olíuna yfir miðlungshita. Bætið lauknum og paprikunni út í, setjið lok á og eldið þar til það er mjúkt, um það bil 7 mínútur. Hrærið tómötunum, sykri, sinnepi, sojasósu, chilidufti og salti og svörtum pipar saman við eftir smekk. Látið malla í 10 mínútur, hrærið oft.

c) Hellið bulgurblöndunni á neðri helming hverrar rúllu, toppið með hinum helmingnum og berið fram.

92. Muffaletta samlokur

Gerir 4 samlokur

Hráefni:

- 1 bolli niðurskornar kalamata ólífur
- 1 bolli saxaðar pimiento-fylltar grænar ólífur
- 1/2 bolli saxaður pepperoncini (sýrður paprika)
- 1/2 bolli ristuð rauð paprika í krukku
- 2 matskeiðar kapers
- 3 grænir laukar, saxaðir
- 3 plómutómatar, saxaðir
- 2 matskeiðar söxuð fersk steinselja
- 1/2 tsk þurrkuð marjoram
- 1/2 tsk þurrkað timjan
- 1/4 bolli ólífuolía
- 2 matskeiðar hvítvínsedik
- Salt og nýmalaður svartur pipar

- 4 stökkar samlokurúllur, helmingaðar lárétt

Leiðbeiningar

a) Í meðalstórri skál skaltu sameina kalamata ólífur, grænar ólífur, pepperoncini, rauð papriku, kapers, grænan lauk, tómata, steinselju, marjoram, timjan, olíu, edik og salt og svartan pipar eftir smekk. Setja til hliðar.

b) Dragðu úr samlokurúllunum að innan til að gera pláss fyrir fyllinguna. Hellið fyllingarblöndunni í neðri helming rúllanna, pakkið létt saman. Toppið með rúlluhelmingunum sem eftir eru og berið fram.

HLIÐAR DISKAR

93. Tómatsúpa

Þjónar 4

Hráefni:

- 1 matskeið smjör
- 1 laukur, saxaður
- 1 hvítlauksgeiri, saxaður
- 1 ½ tsk hveiti
- 3 bollar kjúklinga- eða grænmetissoð
- 14 aura niðursoðnir tómatar
- 1 lárviðarlauf
- Salt
- Svartur pipar
- 2 matskeiðar basil pestó
- 1-2 matskeiðar þungur rjómi
- 8—12 lauf fersk basilíka, rifin í litla bita

Leiðbeiningar

a) Bræðið smjörið í stórum þykkbotna potti, bætið síðan lauknum og hvítlauknum út í og steikið varlega við meðalhita þar til þau mýkjast og hallast að gulli en ekki brúnast.

b) Stráið hveitinu yfir og eldið, hrærið í, í um það bil 1 mínútu, hellið síðan soðinu út í og bætið tómötunum út í ásamt safanum ásamt lárviðarlaufinu, salti og pipar eftir smekk. Látið suðuna koma upp, lækkið hitann niður í lágan, setjið lok á pönnuna og látið malla varlega í 15 til 20 mínútur.

c) Fjarlægðu lárviðarlaufið og fargið. Fjarlægðu súpuna með skálinni í matvinnsluvél eða blandara og maukaðu, bætið við eins miklu af vökvanum og þarf til að blandan verði slétt. Setjið maukið aftur í pottinn og hrærið til að blanda því saman við vökvann sem eftir er.

d) Hitið í gegn, bætið pestóinu út í, smakkið til og berið fram. Skreytið hverja skál með skvettu af rjóma eða ögn af crème fraîche og stráð af ferskum basilíkulaufum.

94. Kúrbít & sumarsquash brauð

Gerir um 4 lítra krukkur

Hráefni:

- Alveg ljúffengt með al-amerískum sumarrétti eins og grilluðum hamborgurum eða túnfiskbræðslu.

- 4-5 pund kúrbít eða sumarsquash (í hvaða stærð sem er), skorið í ¼ til ½ tommu sneiðar eða bita

- 6 hvítlaukar, skornir langsum

- 1 græn paprika, söxuð

- 1 rauð paprika, söxuð

- 5 hvítlauksrif, skorin í sneiðar

- ½ bolli gróft salt

- Um það bil 3 bollar grófsprunginn ís

- 5 bollar pakkaður púðursykur

- 3 bollar eplasafi edik

- 3 matskeiðar sinnepsfræ

- 1 matskeið túrmerik

- 1 msk sellerífræ

Leiðbeiningar

a) Blandið kúrbítnum, lauknum, paprikunni og hvítlauknum saman við salti og ís í stórum, óviðbragðslausum skál eða potti. Hrærið vel og látið standa í 3 klst. Hellið vökvanum af grænmetinu.

b) Í þungum, stórum, óviðbragðslausum potti, blandaðu tæmdu grænmetinu saman við púðursykur, eplasafi edik, sinnepsfræ, túrmerik og sellerífræ.

c) Hitið saman rétt að suðu. Hellið í sótthreinsaðar krukkur og þéttið samkvæmt krukkuleiðbeiningum.

95. Súrsæt ristuð paprika

Gerir um 2 bolla

Hráefni:

- 3 rauðar paprikur eða 2 rauðar og 1 gul paprika
- Um 2 matskeiðar milt hvítvín eða rauðvínsedik
- 1 hvítlauksgeiri, saxaður
- 1 tsk sykur Salt

Leiðbeiningar

a) Ristið paprikuna yfir opnum loga efst á gaseldavél eða undir kálinu.
b) Setjið paprikurnar nálægt hitagjafanum og snúið þeim á meðan þær eldast, látið þær bleikja jafnt.
c) Takið paprikuna af hellunni og setjið í plastpoka eða í skál. Lokaðu eða lokaðu vel og látið gufa í að minnsta kosti 30 mínútur; gufan mun skilja hýðið frá holdi

paprikunnar. Paprika má skilja eftir í poka eða skál allt að yfir nótt.

d) Afhýðið og fargið svörtu kulnuðu hýðinu af paprikunni, fjarlægðu síðan stilkinn og fræin. Skolaðu flesta örsmáu bitana af svörtu kulnuðu efni úr holdinu með því að setja þau undir rennandi vatn og nudda hér og þar. Nokkrir blettir af svartri húð, sem og svæði af óafhýddum pipar sem skilin eru eftir, eru í lagi.

e) Skerið paprikuna og setjið í skál með ediki, hvítlauk, sykri, stórri klípu af salti og um 1 matskeið af vatni. Lokið vel og kælið í að minnsta kosti einn dag.

96. Chutney-karrí sinnep

Gerir ½ bolla

Hráefni:

- ¼ bolli mildt Dijon- eða heilkornssinnep með 1 bolli mangóchutney
- ½ tsk karrýduft

Leiðbeiningar

a) Sameina allt.

97. Sinnep með skalottlaukum og graslauk

Gerir ¼ bolla

Hráefni:

- ¼ bolli mildt Dijon sinnep
- 1-2 skalottlaukar, smátt saxaðir
- 2 matskeiðar saxaður ferskur graslaukur

Leiðbeiningar

b) Sameina allt.

98. Ferskt engifer sinnep

Gerir um ¼ bolla

- 2 matskeiðar milt Dijon sinnep
- 2—3 matskeiðar heilkorns sinnep
- 1—2 tsk nýrifinn afhýddur engifer, eftir smekk

Leiðbeiningar

a) Sameina allt.

99. Sólblautt sinnep með sítrus

Gerir um ¼ bolla

Hráefni:

- ¼ bolli mildt Dijon sinnep
- ½ tsk fínt rifinn sítrónu- eða limebörkur
- 1-2 tsk ferskur sítrónu- eða limesafi

Leiðbeiningar

a) Sameina allt.

100. Provençal sinnep með rauðum pipar og hvítlauk

Gerir um ¼ bolla

Hráefni:

- 3 matskeiðar milt Dijon sinnep
- 1 matskeið smátt skorin ristuð rauð paprika
- 1 hvítlauksgeiri, smátt saxaður
- Stór klípa af herbs de Provence

Leiðbeiningar

a) Sameina allt.

NIÐURSTAÐA

Hógværi grillaði osturinn er einn af þessum matvælum sem okkur þykir vænt um sem barn, en hugsum aldrei um hvers vegna hann hefur svona mikla stjórn á bragðlaukunum okkar. ... það er vegna 5. bragðsins, umami, og sérstaklega amínósýru sem kitlar bragðlaukana okkar til að upplifa einstaka bragðið af grilluðu ostasamloku!

www.ingramcontent.com/pod-product-compliance
Lightning Source LLC
Chambersburg PA
CBHW070507120526
44590CB00013B/773